ராஜவனம்

ராம் தங்கம்

ராஜவனம்	:	நாவல்
ஆசிரியர்	:	ராம் தங்கம்
	:	© ஆசிரியருக்கு
முதற்பதிப்பு	:	டிசம்பர் 2020
வெளியீடு	:	வம்சி புக்ஸ்
		19, டி.எம்.சாரோன்,
		திருவண்ணாமலை - 606 601
		9445870995, 04175 - 235806
அச்சாக்கம்	:	மணி ஆப்செட், சென்னை - 600 077
விலை	:	₹ 70/-
ISBN	:	978-93-84598-95-2

Rajavanam	:	Novel
Author	:	Ram Thangam
	:	© Author
First Edition	:	December 2020
Published by	:	Vamsi books
		19.D.M.Saron,
		Tiruvannamalai - 606 601
		9445870995, 04175 - 235806
Printed by	:	Mani Offset, Chennai - 600 077'
Price	:	₹ 70 /-
ISBN	:	978-93-84598-95-2

www.vamsibooks.com - e - mail : shylajavamsi@gmail.com

நாஞ்சில் நாடன் அவர்களுக்கு...

ராஜவனம்
மனதின் ஆழ் உறக்கம் கலைக்கும் பயணம்

நான் கடலோரவாசி. எனக்குக் கடலும் கடலோரமுமே பிடித்தமான இயற்கைச் சூழல்கள். பயணங்களில் வனங்களைக் கடந்திருந்தாலும் நடை பயணமாய் வனத்தைக் கடக்கும் வாய்ப்பு இன்றுவரை கிட்டவேயில்லை. அந்தக் குறையை எழுத்தாளர் ராம் தங்கத்தின் 'ராஜவனம்' என்ற இந்தப் பதிவு தீர்த்து வைத்திருக்கிறது என்றே சொல்லத் தோன்றுகிறது.

வாழ்வின் சுவாரஸ்யமே, தெரியாததைத் தெரிந்து கொள்வதும், புரியாததைப் புரிந்து கொள்வதும்தானே! அந்த வகையில் ராஜவனம் தென்தமிழகத்து நாஞ்சில் காட்டுக்குள் நம்மைக் கைபிடித்து அழைத்துச் சென்று அழகு காட்டுகிறது. இந்த உலகமே ஒரு குடும்பம். வாழும் உயிர் அனைத்தும் நம் உறவுகள் என உணர்த்தும் ஆசிரியர், வனம், நதி, மலையோடு விலங்குகள், மரம், செடி கொடிகள், பறவை, பட்சிகள் எனத் தான் ரசித்த கானுயிர் அனைத்தையுமே பெயர் சொல்லி அழைத்து, அதன் அங்க அடையாள அழகுகளோடு கதையில் விவரித்திருப்பது வியக்கச் செய்கிறது.

பயன்படுத்தப்பட்டிருக்கும் பெரும்பாலான சொற்கள், நாஞ்சிலின் புழங்குமொழிச் சொற்கள். மற்றொரு பகுதியைச் சேர்ந்த தமிழ் வாசகருக்கு இந்தப் புழங்கு மொழிச் சொற்கள் நெருடலை ஏற்படுத்தலாம், ஆனால் ராம் தங்கம் என்ற அடித்தள மக்களின் கதை சொல்லிக்கு தனது மேதாவிலாசத்தை விடவும் மக்களின் வாழ்வியலும், அவர்தம் புழங்கு மொழியும் அதன் தொடர் பயன்பாடும் முக்கியம் என்று பட்டிருக்கிறது.

கதையின் ஆரம்ப வரிகளில் வரும், பேருந்துகள் நிறைமாத கர்ப்பிணியாய் நெளிகின்றன' என்ற உவமானத்திலிருந்தே ஆசிரியரின் சுற்றுச் சூழல் குறித்த அவதானிப்பும், அதை அவர் வாசகருக்கு அக்கறையோடு கடத்தும் பாங்கும் வெளிப்பட்டு விடுகிறது. அக்கறையற்ற அரசின் செயல்பாடுகளை, சீர்கெட்டுப் போன சமூக பழக்க வழக்கங்களைச் சாட, மக்களின் புழங்கு மொழியே எப்போதும் துணை நிற்கும் என்பதும் அவருக்குத் தெரிந்திருக்கிறது. வனப் பயணத்தை விவரிக்கும் காட்சிகள், நவீன கேமிராக்களில் பதிவானது போல அத்தனை துலக்கம்.

சமீபத்தில் எழுத்தாளர் சோ.தர்மனின் கூகை நாவல் படித்து முடித்திருந்தேன். பறவைகளின் நிர்வாணமே அழகு என்றிருப்பார். ராஜவனத்தில் ஆசிரியரின் கானுயிர் பற்றிய வர்ணனைகள் எனக்கு இந்த வரியையே ஞாபகப்படுத்தியது. இப்பிரபஞ்ச வாழ்வை, அணு அணுவாய் தொடர்ந்து ரசிப்பவனால்தான் இப்படியான வர்ணனைகளைச் செய்ய முடியும் என்பது என் கருத்து.

கடலில் பயணிக்கும்போது கரையின் வெகுதூரங்களில் மேலெழுந்து நிற்கும் மலை முகடுகளே பின்னிலக்காய் மாறி, கடக்கும் பாதை சொல்லும். ஆனால் கானகப் பயணத்தில் பின்னிலக்குகள் மறைந்து முன்னிலக்குகளே பிரமிப்பாய் மிளிர்கின்றன. அனுபவமற்ற துணிச்சலே வனப் பயணத்தின் ஆரம்பப் புள்ளி என்றாலும் ராஜவனத்தில் கதாநாயகனுக்கு, வனக் காவலராய் சுற்றுச்சூழல் மேல் அக்கறையாய் இருந்து மறைந்த தந்தையாரின் ஆத்மார்த்த வழிநடத்தல் எப்போதும் துணை நிற்கிறது.

வரலாற்றில் வாழ்ந்த நமது மன்னர்களுக்கு, பழங்குடி மக்களோடு தொடர்ச்சியான உறவு இருந்திருக்கிறது. பழங்குடிகளின் இயற்கை வளம் பேணும் வாழ்வியலை அதன் முக்கியத்துவத்தை அவர்கள் மதித்திருக்கிறார்கள். அதனால் நாடும், நாட்டின் இயற்கை வளமும் பாதுகாப்பாய் தலைமுறைகளுக்குக் கடத்தப்பட்டன. அதுவே நிர்வாக அமைப்பை, காலனியவாதிகளிடமிருந்து சுவீகரித்துக் கொண்ட இன்றைய ஆட்சியாளர்களிடம் இல்லை என்பதையும், நவீன காலனியவாதிகளாகிப் போன அரசியல்வாதிகளையும் மக்களுக்கு எதிரான அவர்களின் தொடர் செயல்பாட்டையும் ராஜவனம் அக்கறையோடு பதிவு செய்கிறது.

ஆசிரியருக்கும், பதிப்பகத்தாருக்கும் என் அன்பின் வாழ்த்துகள்.

ஆர். என். ஜோ டி குருஸ்
சாந்தோம்,
சென்னை
05 / 10 / 2020

காட்டைக் கண்டடைதல்

கடல், காடு, யானை, ரயில் இவை எல்லாமே எப்போதும் இன்னொரு முறை திரும்பிப் பார்க்கக் கூடியதும் ரசிக்கக் கூடியதுமாகவே இருக்கிறது. ஒரு விதைக்குள் ஒரு விருட்சம் இருக்கும். அதுபோல ஒவ்வொரு மனிதனுக்குள்ளும் ஒரு காடு இருக்கும். அப்படி எனக்குள் இருந்த காடுதான் ராஜவனம். இந்த ராஜவனம் நாவலில் காடுதான் கதைக்களம்.

காட்டைக் கண்களாலும், தரிசனங்களாலும் கண்டடைய முடியும். குமரி மாவட்டத்தில் இருக்கும் மிகப்பெரிய வனத்தைக் கதைக்களமாகக் கொண்டு எழுதியது பெரும் மகிழ்வாகவே இருக்கிறது. சுமார் ஒன்றரை வருடத் தேடல், பயணங்கள், வாசிப்பு போன்றவற்றாலே இந்த ராஜவனம் உருவாகியது.நீண்ட மாதங்களாக எழுதவேண்டும் என எண்ணி தள்ளிப்போன ராஜவனத்தை கொரானாக் கால ஊரடங்கு எழுதி முடிக்க வைத்தது.

'எழுதக் கூடியதை சீக்கிரம் எழுதிரணும், காலம் கடத்தினா அது நீர்த்துப் போயிரும்' என்று எழுத்தாளர் நாஞ்சில்நாடன் சொல்வார். இந்த சந்தர்ப்பத்தை விட்டால் இனி இதை எழுத முடியாது என்று எழுதி முடித்து விட்டேன். அதன்பின் சிங்கப்பூர் மாயா இலக்கிய வட்டம் நடத்திய குறுநாவல் போட்டிக்கு அனுப்பி வைத்தேன். அதில் ராஜவனம் முதல் பரிசு பெற்றது. ராஜவனத்தை முதல் பரிசுக்குத் தேர்ந்தெடுத்த எழுத்தாளர் சாருநிவேதிதாவுக்கும், சிங்கப்பூர் மாயா இலக்கிய வட்டத்திற்கும், எழுத்தாளர் ரமா சுரேஷ் அவர்களுக்கும் என் பேரன்பின் நன்றிகள்.

எழுதும் முன்னும், எழுதிக் கொண்டிருக்கும் போதும் இந்தக் கதையைக் கேட்டுத் தொடர்ந்து எழுத ஊக்கம் கொடுத்த எழுத்தாளர் பொன்னீலன் அவர்களுக்கும், மொழிபெயர்ப்பாளர் அக்கா அனிதா பொன்னீலன், அழகுநீலா ஜெயராம் அவர்களுக்கும் என் பேரன்பு. என்னை எப்போதும் நேசிக்கும் எழுத்தாளர் ஜோ டி குருஸ் அவர்கள் 'மனதின் ஆழ் உறக்கம் கலைக்கும் பயணம்' என்று சிறப்பான முன்னுரை கொடுத்து இந்த ராஜவனத்தை இன்னும் ஆசீர்வதித்திருக்கிறார். அவருக்கு என் பேரன்பும் நன்றியும்.

எப்போதும் என்னையும், என் எழுத்துகளையும் ஊக்கப்படுத்திக் கொண்டிருக்கும் எழுத்தாளர்கள் வண்ணதாசன், பவா செல்லதுரை, எஸ். ராமகிருஷ்ணன், ஜெயமோகன், கே. வி. ஜெயஸ்ரீ, ப. திருமாவேலன், கவிஞர் சமயவேல், முகில், எம். கோபாலகிருஷ்ணன், நாச்சியாள் சுகந்தி, கணேச குமாரன், ஆத்மார்த்தி, குமரி ஆதவன், வீரசோழன் க.சோ. திருமாவளவன் போன்ற அனைவருக்கும் என் அன்பின் நன்றிகள். நண்பர்கள் ராகுல் சே, இளையராஜா, அனிதா ராஜேந்திரன், நியூஸ் 7 கோபாலகிருஷ்ணன், விஜய பாண்டியன், யுவராஜ் மாரிமுத்து, மூணாறு டாக்டர் ஜெனட் ராணி, ஆகியோருக்கு என் அன்பு.

எழுத்து தொடர்பான பயணம் செய்வதற்கு பெரும் உதவி செய்த சாத்தூர் தியாகு (தியாகராஜன்) அவர்களுக்கும், என் எழுத்துகளை வாசித்து எப்போதும் என்னை இயங்கச் செய்து கொண்டிருக்கும் என் அம்மா உமா கண்ணன் அவர்களுக்கும், வாசக நண்பர்களுக்கும் என் பேரன்பும் நன்றியும்.

ஒவ்வொரு உரையாடலின் போதும் என்னை எழுதச் சொல்லி, தன் கரம் பிடித்து எழுத்துப் பயணத்தில் அழைத்துச் செல்லும் என் இலக்கிய ஆசான் எழுத்தாளர் நாஞ்சில் நாடன் அவர்களுக்கு இந்தப் புத்தகம் சமர்ப்பிக்கப்படுவதால், ராஜவனம் பூத்துக் குலுங்கி பூரிக்கிறது. இந்தப் புத்தகத்தை வெளியிடும் அட்டைப்படம் ஓவியம் வரைந்த அண்ணன் சந்தோஷ் நாராயணன் அவர்களுக்கும், வம்சி புக்ஸுக்கும், ஷைலம்மாவிற்கும் என் பேரன்பு.

ராம் தங்கம்
நாகர்கோவில்
பேச.9965275308
ஈமெயில். ramut28288@gmail.com

தென்மேற்குப் பருவமழை இந்தமுறை அதிகமாகப் பெய்து கொண்டிருந்தது. ராதாபுரம் கூட்டுக் குடிநீர் திட்டத்திற்குக் குழாய் பதிக்கத் தோண்டிய குழிகள் மண்மூடி சகதிச் சாலையாக குலசேகரம் ரோடு இருந்தது. அதனால் பேருந்துகள் நிறைமாத கர்ப்பிணி போல மெதுவாக நெளிந்து போய்க் கொண்டிருந்தன.

மழை பெய்து கொண்டிருந்தபோது தொழியில் வழுக்கி விழுந்த இரண்டு வயதானவர்கள் மார்த்தாண்டம் ஆசானிடம் தடவப் போயிருந்தார்கள். அதற்கு இரண்டு நாள் கழித்து வயலார் வர்க்கீசின் மகன்கள் அஜினும், வினுவும் பைக்கில் போகும்போது தொழியில் வழுக்கி விழுந்து கால் எலும்பு முறிந்து மார்த்தாண்டம் ஐசக் மருத்துவமனையில் சேர்க்கப்பட்டு இருந்தனர்.

'எப்புடியும் தொழிய மாத்த முடியாதுன்னு தெரிஞ்சதுதான். ஹைவேயும், வாட்டர் போர்டும் சேந்து வேல செஞ்சா விமோசனம் கிட்டும்' என்று கான்வென்ட் ஜங்ஷன் பஸ் ஸ்டாப் எதிரே இருந்த பரக்கத் டீக்கடையில் நின்றவர்கள் பேசிக் கொண்டிருந்தார்கள். பள்ளிவாசல்

முக்கில் இருக்கும் ஜலால் பீஃப் ஸ்டாலுக்கு மாட்டை வெட்டி நீலக்கலர் பாக்ஸில் வைத்து டி.வி.எஸ்., எக்ஸலில் ஒருவர் கொண்டு போய்க் கொண்டிருந்தார். பாக்ஸ் ஓட்டை வழியாக மாட்டு இறைச்சியில் இருந்து வழிந்த ரத்தம் சொட்டிக் கொண்டிருந்தது. செம்மண் தொழி ரத்தத்தையும் உள்வாங்கிக் கொண்டது.

'சுண்ணாம்புக் கொளத்திலேண்டு பத்து விலாங்கு மீனையும், தேளி மீனையும் புடிச்சி கொலசேகரம் ரோட்டு தொழிலயிட்டு வளக்கலாம்' என்று கோபாலிடம் கான்வென்ட் ஜங்ஷன் அன்புச் சுவர் பஸ் ஸ்டாப்பில் நின்று கொண்டிருந்த ஆன்றோ சொல்லிக் கொண்டிருந்தான்.

ஞாயிற்றுக்கிழமை என்பதால் பெந்தேகோஸ்தே சர்ச்சுக்குப் போக வெள்ளை சாரியும், வெள்ளை சுடிதாரும், வெள்ளை சட்டையும், பேண்டுமாக ஆட்கள் பஸ் ஸ்டாப்பிற்கு வரத் தொடங்கினார்கள். தொடர்ந்து மழை பெய்து எட்டு நாட்களுக்குப் பிறகுதான் வெயில் கொஞ்சம் எட்டிப் பார்க்கத் தொடங்கியது.

'லே மக்கா, முத்துராஜிக்க மோன் ராஜேச விளி, அவன இன்னும் காணயில்ல. நாம மோளியடி மலைக்கிப் போவணுமில்ல?' என்று கோபால் ஆன்றோவிடம் சொன்னான்.

பல நாட்களாகத் திட்டமிட்டு தடைபட்டுப் போன முகளியடி மலைக்குப் போகும் திட்டத்தில் தான் கான்வென்ட் ஜங்ஷனில் கோபாலும், ஆன்றோவும் நின்று கொண்டிருந்தார்கள். முகளியடி மலையில்தான் நந்தியாறு உற்பத்தியாகிறது. அந்த இடத்தைப் போய்ப் பார்த்தவர்கள் யாரும் இப்போது உயிரோடு இல்லை. நந்தியாறு திருநந்திக்கரை வந்து சேரும்போது ஓடையாகி விடுகிறது. முகளியடி மலை அடர்வனமாக இருக்கிறது. அதனால் ஒரு தடவையாவது நந்தியாற்று மூலத்தைப் போய் பார்த்துவிட வேண்டும் என்று இந்த மூவருக்கும் ஆசை இருந்து கொண்டேயிருந்தது.

'கொலசேரத்துல எல்லா செல்போன் சிக்னலும் செத்து மயிம நாளாச்சி. சீவன் இருந்தெங்கி கிட்டும்' என்று ராஜேசுக்கு ஆன்றோ போன் செய்தான். ராஜேஷ் அரசமூட்டு ஜங்ஷனில் நின்றதால் சிக்னல் கிடைத்தது.

'லே மக்கா, சீக்கிரம் வாலமோளியடி மலைக்குப் போணும்ல?' என்று ஆன்றோ கூப்பிட்டான்.

ராஜேஷ் கான்வென்ட் ஜங்சனுக்கு வந்து சேர்ந்தான். அங்கிருந்து இரண்டு பைக்கில் கோபாலும், ராஜேசும், ஆன்றோவும் கிளம்பினார்கள்.

கோபால் பேக்கை தோளில் மாட்டிக் கொண்டான். அதற்குள் ஒரு லிட்டர் தண்ணீர் பாட்டில்கள் மூன்றும், ஐந்தாறு ஏத்தன் பழங்களும், இரண்டு மேரி கோல்ட் பிஸ்கட் பாக்கெட்டுகளும், சிறிய டெட்டால் பாட்டிலும், சில நியூஸ் பேப்பர்களும், பாக்கு மட்டையில் பொதிந்து வைத்திருந்த அரிவாளும், மூன்று டவல்களும் இருந்தன. மூன்று பேரும் திருநந்திக்கரை நோக்கிச் சென்று கொண்டிருந்தனர். பேச்சிப்பாறை அணையில் தண்ணீர் திறந்து விடப்பட்டிருந்ததால் சாலையோரக் கால்வாயில் தண்ணீர் நிறைந்து வந்து கொண்டிருந்தது.

திருநந்திக்கரைக் கால்வாயைத் தாண்டியிருக்கும் அன்னாசிப் பழத் தோட்டத்தைக் கடந்து வலதுபுறம் போகும் மண் பாதையில் திரும்பினார்கள். ஆங்காங்கே கற்கள் புடைத்துப் புடைத்து நின்றன. அன்னாசிப்பழத் தோட்டத்தைச் சுற்றிலும் மின்சார வேலிகள் போட்டிருப்பதால் குரங்குகளும், யானைகளும் இறங்குவது குறைந்திருந்தது.

நந்தி ஓடையில் ஓடிக் கொண்டிருந்த தண்ணீர் தெளிவாகத் தெரிந்தது. மலையில் இருந்து உருட்டிக் கொண்டு வரப்பட்ட கற்கள் நந்தி ஓடையில் கூழாங்கற்களாய் மாறியிருந்தன. அதிலும் சில சிறிய துகள்களாகவும் மண்ணாகவும் மாறிப் போயிருந்தது.

நந்தி ஓடையில் மூழ்கிக் கிடக்கும் கற்கள் பச்சைப் பாசி பிடித்து உருண்டையாக இருந்தது. ஓடையின் ஓரத்தில் நிற்கும் நீர்மருது மரங்களின் பக்கவாட்டு வேர்கள் நெளிந்து கிடக்கும் கட்டுவிரியன் பாம்புக் குட்டிகள் போல வளைந்து கிடந்தன. ஓடைநீரில் ரப்பர் காய்களும் மிதந்து வந்தன.

அடர் மரங்களின் வனப்பில் சூரிய வெளிச்சம், எப்போதாவது எட்டிப் பார்த்துக் கொண்டிருந்தது. மண் பாதை கொஞ்சம் கொஞ்சமாகச் சுருங்கத்

தொடங்கி காட்டுவழிப் பாதை உருவானது. வண்டிகளை நிறுத்தி ஓரமாகப் பலாமரத்தின் கீழ் ஒதுக்கி வைத்துவிட்டு மூன்றுபேரும் நடக்கத் தொடங்கினார்கள்.

தவிட்டுக் குருவிக் கூட்டம் இடைவிடாமல் கீச்சிட்டுக் கொண்டிருந்தது. காட்டு மரங்களில் பறவைகளின் கூடுகள் தெரிந்தன. சில குருவிகள் அங்கொன்றும் இங்கொன்றுமாக பறந்து கொண்டிருந்தன. சில குருவிகள் தரையில் கிடந்த காய்ந்த இலைகளுக்கு அடியில் கிடக்கும் பூச்சிகளை அலகால் தேடிக் கொத்தித் தின்றபடியிருந்தன. மரங்களை அண்ணாந்து பார்க்கும்போது கழுத்திலிருந்து அடி வயிறுவரை மஞ்சள் நிறத்திலும், நெற்றியிலிருந்து வால்வரை நீலமும், மயில் வண்ணத்திலும் தேளின் கொடுக்கு போன்ற அலகுடனும் ஒரு சிறிய குருவி பார்த்துக் கொண்டிருந்தது.

தூரத்தில் ஒரு காட்டுமாடு மேய்ந்து கொண்டிருந்தது. அதன் கொம்புகள் நேர் சீராக ஒரே அளவில் வளர்ந்து வளைந்து இருந்தன. அதன் முதுகில் நாகணவாயன் ஒன்று அமர்ந்திருந்தது. கொஞ்சம் கொஞ்சமாக வனம், மனித சஞ்சாரங்களின் தொடர்பு அற்று மூன்று பேரையும் உள்வாங்கியபடி இருந்தது.

பின்பக்கம் தூரத்தில் தெரிந்த அஞ்சுண்டகரை ரப்பர் எஸ்டேட் மரங்களும் மறையத் தொடங்கின. மரங்களின் கூட்டம்தான் வனமோ அல்லது மலையும் அதன் அடிவாரமும்தான் வனமோ என்கிற கேள்விக்கு விடையை அவர்களால் அவதானிக்க முடியவில்லை.

கோபாலுக்கு, காடு அதன் விலாசத்தைக் காட்டிக் கொண்டிருந்தது. ஆன்றோவும், ராஜேஷும் சிக்னல் இல்லாத மொபைலில் போட்டோ எடுத்துக் கொண்டே நடந்தார்கள். சற்று தூரம் நடந்ததும் நந்தி ஓடை தொடர்பு அற்றுப் போனது.

நந்தி ஓடை முகளியடி மலைக்கு முன்னால் இருக்கும் தாழ்வாரமலையைச் சுற்றி திருநந்திக்கரைக்கு வந்து சேருகிறது எனத் தெரிந்தது. நந்தி ஓடையின் கரையில் நடக்காமல் மலையின்மீது ஏறி

நடக்கத் தொடங்கினார்கள். பறந்து கொண்டிருந்த செம்பருந்து ஒன்றைக் கீழிருந்து மேலே பார்க்கும்போது நாகம் படம் எடுப்பது போலத் தெரிந்தது. வனத்தின் ஆழ் உறக்கத்தைத் தொந்தரவு செய்வது போல அவர்களின் பயணம் இருந்தது.

எப்போதும் தார்ச்சாலையின் வெம்மையில் நடந்த அவர்களுக்கு வனத்தில் நடப்பது பசுமையாக இருந்தது. குரங்குகள் குட்டிகளோடு தென்படத் தொடங்கின. மனித சஞ்சாரப் பகுதிகளுக்குள் குரங்குகள் வராததால் எந்தக் குரங்கும் ஊனமாகத் தெரியவில்லை. சில குரங்குகளிடம் நகக் கீறல்களினால் ஏற்பட்ட ரத்த காயங்கள் தெரிந்தன. அது குழு மோதலில் ஏற்பட்டிருக்கலாம்.

சோம்பலாய் நடக்கும் கடமானைப் போல ராஜேஷ் நடந்து கொண்டிருந்தான். காடு அச்சமூட்டுவது போலத் தெரிந்தாலும் அழகாகவும் அமைதியாகவும் இருந்தது. பறந்தும், ஊர்ந்தும், நகர்ந்தும் திரிகிற வன உயிரினங்கள் மத்தியில் இரை தேடும் பறவையைப் போல சடசடவென ஆன்றோ நடந்தான்.

நேரம் செல்லச் செல்ல ஒளிபுகாத வனத்துக்குள் அவர்களின் கால்கள் செடிகொடிகளை மிதித்தபடி நடந்து கொண்டிருந்தன. தாழ்வார மலையைத் தாண்டினால் புல்வெளி வட்டமலை தெரியுமென கோபாலின் அப்பா சொல்லியிருந்தார். நடக்கத் தொடங்கி இரண்டு மணிநேரம் இருக்கும். முகளியடி மலையும், தாழ்வார மலையும், புல்வெளி வட்ட மலையும், அழகான மலைகள் என்று அப்பா சொன்னபோது நம்பவில்லை. ஆனால் இப்போது கோபால் உணர்ந்திருந்தான்.

நான்கு ஆண்டுகளுக்கு முன் முகளியடி மலைக்குப் போன நான்கு பேரில் ஒருவரை யானை கொன்றிருந்தது. அதற்கு ஆறு ஆண்டுகளுக்கு முன்பு போன இரண்டுபேரைப் புலி அடித்திருந்தது. இந்த நிகழ்வுகளுக்குப் பின் யாரும் முகளியடி மலையின் பக்கம் தலை வைத்துக்கூடப் படுக்கவில்லை. ரோட்டில் இருந்து அரை கிலோமீட்டர் தூரத்தில்தான் சுள்ளி, விறகுகள் பொறுக்குகிறார்கள்.

ரொம்பநாள் திட்டமிட்டு ஏதோ ஒரு குருட்டு தைரியத்தில் மூன்றுபேரும் வந்துவிட்டார்கள். தூரத்தில் நந்தி ஓடை தெரிந்தது. பச்சைப் பாசி பிடித்த மரங்கள் தென்படத் தொடங்கின. அவற்றில் பச்சைப் பாம்புகள் இருந்தாலும் தெரியாது. சில மரங்களில் காளான்கள் வளர்ந்திருந்தன. கோ வாசலுக்குள் நுழைவது போல அவர்கள் குனிந்து மரங்கள், புதர்களுடே நடந்து சென்றார்கள். தரையில் படர்ந்திருந்த கொடிகளில் நீல வண்ணத்திலும் ஊதா வண்ணத்திலும் கொத்துக் கொத்தாய் பூக்கள் பூத்திருந்தன.

ஒரு சில மரங்களைத் தவிர மற்ற எல்லா மரங்களிலும் பறவைகளின் கூடுகள் தெரிந்தன. வலதுபுறம் இருந்த மாமரத்தில் ஒரு வெட்டுக்கிளி, பச்சைநிறச் சிறகில் மஞ்சள் பொட்டு வைத்தது போல இருந்தது. கழுத்திலிருந்து முதுகும், பின்கழுத்தும், கொம்பும் கருப்பு நிறத்தில் இருந்தன. வெட்டுக்கிளியின் முன் சின்னக் கால்களும் அதற்கு அடுத்த கொஞ்சம் பெரிய கால்களும் கருப்பு நிறத்திலும், வயிற்றுப்பகுதி கால்களும் பின்னம் பெரும் கால்களும் கருப்பில் மஞ்சள் கோடு போட்டது போலவும் இருந்தன.

நடக்க நடக்க செடி கொடி என இருந்தது முட்டளவு புற்களுக்கு மாறியது. காலை பதினோரு மணிதான் இருக்கும். ஆனால் மாலை ஆறு மணி போல இருந்தது. மழை வந்தால் மொத்தமாக நனைந்துவிட வேண்டியதுதான்.

‘ஏசப்பா எதுவும் வலசைக்கு வந்துரக் கூடாது. நல்லபடியா சீவனோட வீட்டுக்குப் போனா அந்தோணியார் கோயிலில மெழுகுத்திரி ஏத்தி வைக்கேன்’ என்று சத்தமாக ஆன்றோ வேண்டினான்.

இற்று முறிந்த உயரமான மரத்தின் உச்சியில் கொண்டை பாம்புண்ணிக் கழுகு வடக்கு நோக்கிப் பார்த்துக் கொண்டிருந்தது. இன்னும் கொஞ்ச தூரத்துக்குப் பாம்புகள் ஏதும் இருக்காது. நீர்க்கடம்பு மரத்தின் கீழிருந்து மேலே மூன்றாவது கிளையில் உடலெங்கும் கருப்பும் நீலமும் சேர்த்துக் குழைத்த நிறத்தில் கரும்பிடரி நீலப்பறவை கூட்டில் இருந்தது. குஞ்சு பொரித்திருக்கும் என்று அது உட்கார்ந்த நிலையை வைத்துத் தெரிந்தது.

மலையில் வளைந்து செல்கையில் வலதுபுற விளிம்பில் வந்ததும் பின்புறம் பேச்சிப்பாறை அணையின் நீர்ப்பிடிப்புப் பகுதி தூரத்தில் தெரிந்தது. அதன் எதிர்க்கரையில் ஏழு யானைகள் தண்ணீர் குடித்துவிட்டு மேல் நோக்கி நடந்து கொண்டிருந்தன. மலையைச் சுற்றி இடது புறமாக வளைந்து நடந்தபோது நந்தி ஓடை தெரிந்தது. இப்போது அது ஓடையாக இல்லாமல் ஆற்றுப்படுகை போலத் தெரிந்தது. ஆற்றின் இரு மருங்கிலும் இலுப்பை, இலுவை, காட்டு நாவல் மரங்கள் நின்று கொண்டிருந்தன. அதன் முதிர்ந்து பழுத்த இலைகள் ஆற்று நீரில் மிதந்து போய்க் கொண்டிருந்தன.

பெருமழையில் அடித்து வரப்பட்ட மரத்துண்டுகள் ஆற்றுப் படுகையில் ஒதுங்கிக் கிடந்தன. புங்கன் மரத்தில் மேல்நோக்கி ஏறிக் கொண்டிருந்த பச்சோந்தியை ஆன்றோ காட்டிக் கொடுத்தான். கோபால் தோளில் போட்டிருந்த பேக்கை கழற்றி அதில் இருந்த தண்ணீரை எடுத்துக் குடித்தான். மற்றவர்களும் குடித்தார்கள். பாக்கு மட்டையில் பொதிந்து வைத்திருந்த அரிவாளை ஆன்றோ கையில் எடுத்துக் கொண்டான். மூன்றுபேரும் கால் முட்டிக்கு கீழ் பேண்டைப் பார்த்து உதறி விட்டுக் கொண்டனர். வனத்தில் செடி, கொடிகளுக்கு மேல் நடந்ததில் செருப்பின் அடிப்பகுதி பச்சிலைகளைப் பிழிந்து ஊற்றியது போலப் பச்சை நிறத்தில் இருந்தது.

மூன்று பேரும் நடக்கத் தொடங்கினார்கள். காட்டுத் தேள் ஒன்று அவர்கள் முன்னால் போய்க் கொண்டிருந்தது. உள்ளங்கை அளவு இருந்தது. அதன் கொடுக்கு ஜே.சி.பியின் ராட்சச கை போல இருந்தது. முதுகில் புழு போன்ற குட்டிகளைச் சுமந்தபடி சென்றது. எப்படியும் நாற்பதுக்கு மேல் இருக்கும். பார்க்க பழுப்பு நிறத்தில் கம்பளிப்புழு போலத் தெரிந்தது. நாவல்பழ நிறத்தில் அவற்றின் கொடுக்குகள் இருந்தன.

தாழ்வார மலையில் பூச்சிகளும் புழுக்களும் சின்ன விலங்குகளும் சூரிய வெளிச்சத்தை வெகுநேரம் கண்டிருக்க வாய்ப்பில்லை. அரிவாள் வைத்து மரங்களைக் கொத்தியபடி சென்ற ஆன்றோவிடம் எந்த மரத்திலும் கொத்தக் கூடாது என்று கோபால் சொன்னான். தேவை இல்லாமல் எந்தச்

செடிகளையும் முறிக்கவில்லை. காலில் நசுங்கும் செடிகள் தவிர எதனையும் கஷ்டப்படுத்தாமல் நடந்தார்கள்.

எல்லாப் பாம்புகளுக்கும் விஷம் கிடையாது என்று தெரிந்து இருந்தாலும், எந்தப் பாம்பும் கண்ணில் பட்டுவிடக்கூடாது என்று அவர்கள் நினைத்துக் கொண்டார்கள். கருவாலி மரத்தின் ஒரு கை தடிமன் அளவு உள்ள கிளையில் உடல் முழுவதும் சாம்பலும் பழுப்பும் கலந்த நிறத்தில் அதில் வெள்ளை புள்ளிகளுடன் திறந்த கண்களை மூடாமல் நான்கு கூகைகள் இருந்தன. அவை அசையவோ சத்தம் போடவோ இல்லை. அவற்றை ராஜேஷ் புகைப்படம் எடுத்தான். ஆன்றோ கீழே கிடந்த சுள்ளிக் குச்சி ஒன்றை எடுத்து அவற்றின் மீது வீசினான். ‘டப டப’ வெனச் சிறகுகளை அடித்தபடி பறந்து சென்று இன்னொரு கிளையில் அமர்ந்தன.

தாழ்வார மலையின் சரிவில் இறங்கும்போது காட்டிற்குள் புல்லாங்குழல் வாசிப்பது போலக் கேட்டது. காட்டு மூங்கில்களின் மீது காற்று வீசும்போது வண்டுகளும், மரங்கொத்திகளும் துளைத்த மூங்கில் ஓட்டைகளின் வழியாக காற்று கடக்கும்போது எழும் சத்தம்தான் அது. மூங்கில்கள் தனித்தனியாக இல்லாமல் ஒரு வேரிலிருந்து பல கன்றுகளாகக் கிளைத்து வளரும் காட்டு மாதுளைச் செடியைப் போல வளர்ந்து நின்றன.

இருமருங்கிலும் மூங்கில்கள் நிற்கும் இடைவெளிக்குள் சிறு புற்கள் மட்டும் வளர்ந்திருந்தன. மூங்கிலின் வெளிப்புறத்தில் உள்ள வரைகள் தடித்து மேடாக இருந்தன. கல் மூங்கிலும், குழல் மூங்கிலும் வளர்ந்திருந்தன. குழல் மூங்கிலிலிருந்து புல்லாங்குழல் செய்ய சிலவற்றை ஆன்றோ வெட்டினான். அங்கு வில் செய்வதற்கான மூங்கிலும் நின்றது. மூங்கில் மரங்களின் கணுக்களில் வெண்புள்ளி புதர்த் தவளைகள் அமர்ந்திருந்தன.

‘கொஞ்சம் மூங்கில் எலைய ஆட்டுக்குப் பறிச்சி வைப்போமா? இத தின்னா அதுகளுக்க சோக்கேடு தீரும்’ என்று ராஜேஷ் சொன்னான்.

'அத வரும்போ பறிச்சலாம், இப்ப புல்லாங்குழலுக்கு வெட்டுன மூங்கில் துண்டையும் இதுல போட்டுட்டுப் போவோம். வரும்போது எடுக்கலாம். மலையேறும்போ ஊனி நடக்க கல் மூங்கில்ல மூணு துண்டு வெட்டு' என்று கோபால் சொன்னான்.

ஆன்றோவும் மூன்று அடி உயரத்தில் மூன்று துண்டுகளை வெட்ட ஆளுக்கு ஒன்றாக எடுத்துக் கொண்டனர்.

மூங்கில்களின் வெளித்தோற்றம் மிருதுவாகவும் பசுமையாகவும் திரண்டும் உருண்டும் பளபளப்பாக இருந்தது. மூங்கில் இலைகளில் இருந்த பனித்துளிகள் முத்துகளாய் ஜொலித்தன. மலையில் பல வகையான மரங்கள் வளர்ந்து நின்றாலும் அந்த மரங்களை எல்லாம் விலக்கிக்கொண்டு மூங்கில்கள் வானத்தைத் தொடுவது போல உயர்ந்து வளர்ந்து நின்றன.

மூங்கில் மரங்களின் வளைவுகளுக்குள்ளாக நடந்து கீழே இறங்கத் தொடங்கினார்கள்.

மூங்கில் மரங்கள் அதிகமாக இருப்பதால் பாம்பும் கீரியும் முயலும் அதிகமாக இருக்கும் என கோபாலுக்குத் தோன்றியது. வேரிலிருந்து நன்றாக வளர்ந்த மூங்கில்கள் புதராகக் காட்சியளித்தன. அதைத் தாண்டிப் போகையில் பூத்துக் கிடந்த மூங்கில்கள் தென்பட்டன.

மூங்கில் மரங்கள் நாற்பது வருடங்களுக்கு ஒரு முறைதான் பூக்கும் இந்தப் பூவிலிருந்து வரும் காய்தான் மூங்கிலரிசி. பூ முற்றிக் காய்ந்து மூங்கிலரிசி கீழே சிதறிக் கிடந்தது. காணிப் பழங்குடிகள் இதனைச் சேகரித்து விடுவார்கள். நேரம் குறைவு என்பதால் மூன்று பேருக்கும் அதைச் சேகரிக்கும் திட்டம் இல்லை.

'வனத்துல மூங்கிலரிசி சோறு தின்னவன், வீட்டுல ரேஷன் அரிசிச் சோறு திங்கேன்' என்று அப்பா சொல்வது கோபாலுக்கு நினைவுக்கு வந்தது.

மூங்கிலரிசி என்றால் எலிகளுக்குக் கொள்ளைப் பிரியம். அதற்காகவே காட்டுக்குள் பெரும் எலிக் கூட்டம் சுற்றும். மூங்கிலரிசியைத் தின்று நிறைய குட்டிகள் போட்டுப் பெருகி, மூங்கிலரிசி தீர்ந்ததும் பெரும் படையாக எலிகள் விவசாய நிலத்துக்குள் வந்துவிடும்.

திரும்பிய திசையெங்கும் மூங்கில் காடுகள் என்பதால் நிசப்தமாக இல்லை. காடு ஒருபோதும் நிசப்தமாகவும் இருக்காது. பச்சையும் இளமஞ்சளுமாக அண்ணாந்து வளர்ந்த மூங்கில்களின் அடர்த்தியைக் கடந்து நடந்தார்கள். இரண்டு மூங்கில்கள் மட்டும் தனியாக நின்றதில் மேற்குப்பக்கம் நின்ற மூங்கிலின் அடிப்பாகத்தில் கயிறு ஒன்றைச் சுற்றிக் கட்டியது போல பச்சைப் பாம்பு ஒன்று சுற்றி இருந்தது. அது இளம்பச்சை நிறத்தில் மேல்பகுதியில் கோடுகள் போட்டது போல இருந்தது.

கோபால் மரங்களின் மேலாக பார்த்துக் கொண்டு நடந்தான். காட்டில் நடக்கும்போது நாலாபுறமும் கண்கள் சுழல வேண்டும். காட்டில் செல்கிறபோது மரங்களின்மீது சிறுத்தைகள் இருக்கும் என்றும் அதைப் பலமுறை பார்த்திருப்பதாகவும் அப்பா சொல்லியிருக்கிறார்.

முகத்தைச் சுற்றி வெண்ணிறப் பிடரி முடியோடு உடல் முழுக்கக் கருப்புநிற மயிரும், நீளமான வளைந்த வாலுடனும் கூடிய சோலை மந்தி உயர்ந்த மரக்கிளையில் இருந்தது. மற்ற குரங்குகளைப் போல சோலைமந்தி மரத்திலிருந்து அவ்வளவு சீக்கிரம் கீழே இறங்கி வராது. காட்டுக்குள் வந்த பலரும் சோலைமந்தியைப் பார்த்துவிட்டு ஊருக்குள் வந்து கரடிக்குட்டி என பீதியைக் கிளப்பி விடுவார்கள். அந்த சோலைமந்தியின் வாலின் நுனிப்பகுதி சிங்கத்தின் வால் போன்று முடிக்கற்றையுடன் இருக்கும். பார்க்கும் எல்லோருக்கும் முதலில் அதன் வெள்ளைப் பிடரிதான் கண்ணுக்குத் தெரியும்.

சோலைமந்தியைப் பார்த்துவிட்டு ஊருக்குள் புரளி கிளப்புபவர்களிடம் கோபாலின் அப்பா விசாரித்துவிட்டு ‘சிங்கவால் குரங்கப் பாத்துட்டு கரடின்னு சொல்லுதியே குரங்கே’ என்று திட்டுவார்.

தாழ்வார மலையைச் சுற்றி நடந்து கீழே இறங்கத் தொடங்கும்போது மலையைச் சுற்றி நந்தியாற்றுப் படுகை தெரிந்தது. தண்ணீரின் மீது சூரிய வெளிச்சம் பட்டு மின்னிக் கொண்டிருந்தது. அப்போது அவர்களுக்கு முன்னால் ஒரு கிளி மிகவும் தாழ்வாகச் சிறகை விரித்துப் பறப்பது வெகு அழகாகத் தெரிந்தது. சிறகின் பாதிவரை கரும்பச்சை நிறத்திலும் அதற்குமேல் மஞ்சளும் பச்சையும் கலந்த நிறத்திலும் அதன் வால் இறகும், கழுத்தும் மயில் வண்ணத்திலும் இருந்தது. இவ்வளவு அழகான கிளியை அவர்கள் இதற்கு முன்னால் பார்த்ததே இல்லை.

அவர்கள் நின்ற இடத்திலிருந்து பார்க்கும்போது பெருஞ்சாணி அணையின் நீர்ப்பிடிப்புப் பகுதி முகளியடி மலையின் தொடர்ச்சி போலவே தெரிந்தது. பெருஞ்சாணி அணை நீர்ப்பிடிப்பு மலைகளைச் சுற்றி காணிப் பழங்குடிகள் வசிப்பதில்லை. அது தடை செய்யப்பட்ட 'ரிசர்வ்ட்' காட்டுப்பகுதிக்குள் வருகிறது. இங்கே புலிகள் சரணாலயம் அமைப்பது தொடர்பாகவும் அரசு அறிவிப்பாணை வெளியிட்டுள்ளது. அது அமலுக்கு வந்தபின் தாழ்வார மலைக்குக் கூட வரமுடியாது.

தோட்டமலை, தச்சமலை, புறாமலை என அத்தனை மலைகளும் புலிகள் சரணாலயக் கட்டுப்பாட்டுக்குள் வந்துவிடும். இங்கு இருக்கக்கூடிய 42 காணிப் பழங்குடியிருப்புகளையும் தேன் கூட்டைக் கலைப்பது போலக் கலைத்து பழங்குடிகளை விரட்டி விடுவார்கள். களக்காடு, முண்டந்துறை புலிகள் சரணாலயத்தின் நீட்சியாக இதைக் கொண்டு வந்து விடுவார்கள். இதனால் பழங்குடிகள் மட்டுமல்ல, பொதுமக்களும், விவசாயிகளும் பாதிக்கப்படுவார்கள் என்று எல்லோருக்கும் தெரியும். ஆனாலும் புரிந்து கொள்வதற்கு அரசு தயாராக இல்லை. இதனைக் கண்டித்துப் போனவாரம் குலசேகரம் கான்வென்ட் ஜங்ஷனில் நடந்த கூட்டத்தில் சுற்றுச்சூழல் தன்னார்வலர்கள் பேசினார்கள்.

அதையெல்லாம் தெரிந்து, புரிந்து கொண்டுதான் மூன்று பேரும் இந்தப் பயணத்தைத் திட்டமிட்டிருந்தார்கள். நான்கு மணிநேரத்தில் முகளியடி மலைக்குப் போய்விடலாம் என்று அப்பா சொல்லியிருந்ததை நம்பித்தான் கோபால் பயணத்தைத் திட்டமிட்டான். 'புல்வெளி வட்ட

மலையில் இருக்கும் வன தெய்வத்தைக் கண்டு கும்பிட்டு விட்டால் அதன்பிறகு எந்த பயமும் இல்லை. எந்தக் காட்டு விலங்கும் தீண்டாது. நினைத்த காரியத்தை முடித்து விடலாம். அது காணிக்காரனின் சாமி. மற்றவர்களுக்கு இது குறித்துத் தெரிய வாய்ப்பில்லை. அதனால்தான் காட்டுக்குள் போகிறவர்கள் செத்துப் போகிறார்கள்' என்பார் அப்பா.

கோபால் இதை ஆன்றோவிடமும், ராஜேஷிடமும் சொல்லவில்லை. அவர்கள் இரண்டு பேரும் கிறிஸ்தவர்கள். அதனால் அவர்களுக்கு நம்பிக்கை இல்லாமல் போகலாம். ஆனால் கோபால் நம்பியிருந்தான். இயற்கை மீதும் இயற்கையாய் வழிபடப் படும் கடவுள் மீதும் கோபாலுக்கு நம்பிக்கை உண்டு.

கோபால் புல்வெளி வட்ட மலையில் உள்ள வன தெய்வத்தைக் கண்டுபிடித்து வணங்க வேண்டும் என மிகவும் வேகமாக இருந்தான். அதனை வணங்கிவிட்டால் இரவோ, பகலோ, மழையோ, வெயிலோ தாக்குப் பிடித்து புறப்பட்ட இடத்திற்கு வந்து விடலாம் என்று அவன் உறுதியாக நம்பினான்.

புல்வெளி வட்ட மலையில் இருந்து வடிந்த தண்ணீர் ஒருபகுதியில் சுனை போலத் தெரிந்தது. அதன் அருகே கருப்பும் வெள்ளையும் கலந்த நிறத்தில் பறவைகள் கூட்டமாகப் பறந்து கொண்டிருந்தன. சில பறவைகள் அருகிலுள்ள மரங்களில் வந்து அமர்ந்தன. மரக் கிளைகளை பறவைகளின் நீண்ட கால் விரல்கள் இறுக்கமாகப் பற்றி இருந்தன. நீண்டு உருண்டு கீழ் நோக்கி வளைந்து இருந்த அலகுகளை மரக்கிளையில் தேய்த்துக் கொண்டிருந்தன.

ஆன்றோ எப்போதும் போல உற்சாகமாக இருந்தான். மரங்களும் பறவைகளும் ஒவ்வொன்றாக அறிமுகமாகி வரவர அவனுடைய கண்களும் அகல விரிந்து கொண்டிருந்தது. புல்வெளி வட்டமலையில் தாவரங்கள் இரண்டு அடுக்காக இருந்தன. மேலடுக்கில் பத்து மீட்டர் உயரமுள்ள குட்டையான மரங்களும் கீழ் அடுக்கில் புற்களும், செடி கொடிகளும் அடர்புதர்களாகவும் இருந்தன. அவைகள் உயரமாக

வளர்ந்து நின்றன. மலை உச்சியில் மழை பெய்தால் புல்வெளியில் ஒரு சொட்டு தண்ணீர் கூட கீழே ஓடி வராது. மழைநீரைப் புல்வெளிகள் உள்வாங்கிக்கொள்ளும். அதன்பின் கொஞ்சம் கொஞ்சமாக நீரானது சுனை ஊற்றாகி வெளியே வரும். அது சிறு ஓடையாக உருவாகி நந்தியாற்றில் சேருகிறது.

புல்வெளி வட்ட மலையில் கடமான்கள் புற்களை மேய்ந்து கொண்டிருந்தன. அதில் இரண்டு ஆண் கடமான்களின் கொம்புகள் ஓரடி உயரத்துக்கு முறுக்கி விட்டது போல வளர்ந்திருந்தன. தாழ்வார மலையிலிருந்து கீழே இறங்க மூன்று பேரும் தயாரானார்கள். ராஜேஷ் கோபாலிடம் பையிலிருந்த பழத்தைச் சாப்பிடக் கேட்டான். தாழ்வார மலையில் அவர்கள் இறங்கும் பாதையில் நின்ற பலா மரத்தின் மூட்டில் உட்கார்ந்து பழங்களைச் சாப்பிடத் தொடங்கினார்கள். இப்போது இரண்டாவது பாட்டில் தண்ணீரும் தீர்ந்து போனது. புல்வெளி வட்ட மலைக்கு இறங்கி நடக்கும் முன் நந்தியாறு குறுக்கே வருவது தெரிந்தது. அதில் தண்ணீர் பிடித்துக் கொள்ளலாம் என்று ஆன்றோ சொன்னான்.

வெயில் விழுந்து கொண்டிருந்தது. நந்தியாற்றில் ஓரிரு இடங்களில் மட்டும் குறைவாகவே தண்ணீர் ஓடிக் கொண்டிருந்தது. உடலில் உள்ள தண்ணீரும் உப்புடன் வியர்வையாக மூன்று பேருக்கும் வழிந்தபடி இருந்தது. அவர்கள் நடக்கும் வழியில் சற்றுமுன் யானைக் கூட்டம் சென்ற தடமும் அவை மரக்கிளைகளை ஒடித்துத் தின்றதற்கான தடயமும் தெரிந்தது. அதைப் பார்த்த கோபால் நண்பர்களை எச்சரித்தான். சிறிது தூரம் நடந்ததும் யானைகளின் தடம் தென்படவில்லை. மறுபடியும் நடக்கத் தொடங்கினார்கள்.

போகும் வழியில் முந்நூறு மீட்டர் தொலைவில் யானை ஒன்று நின்று கொண்டிருந்தது. அவர்கள் அப்படியே அமைதியாக நின்று விட்டார்கள். சிறிது நேரத்தில் மறுபடியும் வேறு பாதையில் கிளம்புவோம் என்று அடி எடுத்து வைக்கும்போது மரக்கிளைகளை ஒடிக்கும் சத்தம் கேட்டது. சத்தம் வந்த திசையில் திரும்பிப் பார்த்தனர். அங்கு ஐம்பது மீட்டர் தொலைவில் ஒரு யானை நின்று கொண்டிருந்தது. இவர்களைப் பார்க்காத யானை மரக்கிளைகளை ஒடித்துத் தின்று கொண்டிருந்தது.

யானை நின்ற பகுதியை விட்டு வேறு வழியில் நடக்க ஆரம்பித்தனர். அப்போது அழுகிய வாடை வீசியது. ஏதாவது விலங்கு எந்த விலங்கையாவது அடித்துத் தின்றது போக மீதியைப் போட்டிருக்கலாம் அல்லது வனத்தில் இயற்கையாக ஏதாவது விலங்கு இறந்திருக்கலாம். வாடை வந்த திசையை கோபால் முகர்ந்து பார்த்தான். கண்டுபிடிக்க முடியவில்லை. மரங்களைச் சுற்றிப் பார்த்தான். குட்டிமான் ஒன்று அழுகிய நிலையில் சிறிது தூரத்தில் இருந்த மரத்தில் இருந்தது.

சிறுத்தையிடம் ஒரு வினோத பழக்கம் உண்டு. மற்ற விலங்குகள் எடுத்து விடாதபடி இரையைத் தனது வாயில் கவ்வியபடி மரத்தில் ஏறி கிளைகளுக்கிடையே பதுக்கி வைத்துக் கொள்ளும். அப்படித்தான் அந்த மான் குட்டியின் உடலும் மரத்தின்மீது போயிருக்கும் என்று கோபால் புரிந்துகொண்டான். மறுபடியும் தொடர்ந்து நடந்தபோது காட்டு அத்தி மரத்தில் பழங்கள் கொத்துக் கொத்தாகப் பழுத்துத் தொங்கியன. அதனைச் சுற்றிச் சுற்றி தேன்சிட்டு, நாகணவாய், கள்ளிப்புறா, காட்டுக்குயில், தீஞ்சிட்டு எனப் பல பறவைகள் பறந்தபடி உற்சாகமாக கொத்தித் தின்று கொண்டு இருந்தன.

கொத்தும்போது அலகில் பட்ட பழங்கள் கீழே ஒவ்வொன்றாக 'சொத் சொத்' தென விழுந்தபடி இருந்தன. மூன்று பேரும் அந்தப் பழங்களை எடுத்து சட்டையில் துடைத்து சிரித்துக்கொண்டே சாப்பிடத் தொடங்கினார்கள். ஆன்றோ ஒரு பழத்தில் எத்தனை விதைகள் இருக்கிறது என்று உற்றுப் பார்த்தான். அப்போது பக்கத்து மரத்திலிருந்து ஒரு கூட்டம் சாம்பல் மந்திகள் இந்த மரத்திற்குத் தாவ, பறவைகள் கீச்சிட்டபடி அங்குமிங்கும் பறக்கத் தொடங்கின.

மூன்று பேரும் நடக்கும்போது முள்ளம்பன்றிகளின் எச்சம் குவியல் குவியலாகக் கிடந்தன. நந்தியாற்றுப் படுகைக்கு வந்து சேர்ந்தனர். அங்கு குறைந்த அளவில் ஓடிவந்த நீரை மேலாக பாட்டிலில் நிறைத்துக் கொண்டார்கள். ஆற்றுப்படுகையில் குழந்தையின் கால் தடம் போல புலியின் கால் தடம் தெரிந்தது.

ஆற்றைக் கடந்து புல்வெளி வட்ட மலையை நோக்கி நடக்கத் தொடங்கினார்கள். அப்போது நிலச்சருகுமான் ஒன்று இவர்களைக் கண்டு ஓடி மறைந்து நின்று பார்த்தது. சிறிய வாலோடு கொம்புகளின்றி குட்டையான கால்களோடு இருந்தது. அதன் கோரைப் பற்களின் மூலம் அது ஆண் சருகுமான் என்று தெரிந்தது. அதை நெருங்குகையில் இன்னும் வேகமாகப் புதர்களுக்குள் ஓடி மறைந்தது.

அந்த வழியில் மெல்ல ஊர்ந்து கொண்டிருந்த பெரிய அளவிலான மரவட்டையை நோக்கி இன்னொரு மரவட்டை வந்து கொண்டிருந்தது. மூன்று பேரும் அந்த அட்டைகளைப் பார்த்துக் கொண்டிருந்தார்கள். இரண்டு மரவட்டைகளும் நேருக்கு நேராகப் பார்த்துக் கொண்டு சில நொடிகளில் பாம்பைப் போலப் பிணையத் தொடங்கின. மரவட்டைகள் மற்றவர்களுக்கு அருவருப்பைக் கொடுத்தாலும் கோபாலுக்கு ஆச்சரியத்தையே கொடுத்தது. அதன் அழகிய நடை வளையங்களை நெருக்கி அடுக்கியது போன்ற நுட்பமான உடலமைப்பு, பெரிய உடலை சுமந்து செல்லும் அழகிய கால்கள் என கோபால் ரசித்துக் கொண்டிருந்தான்.

'சரி போவோம்நட' என்று ஆன்றோ கோபாலைத் தள்ளினான்.

பெரிய அலகுகளையுடைய மலைமொங்கான் ஒன்று தாழ்ந்து பறந்தது. அது போய் அமர்ந்த மரத்தில் சாம்பல் நிற மலை அணில் ஒவ்வொரு கிளையாகத் தாவிக் கொண்டிருந்தது. அதன் முதுகுப் பகுதி வரிகளும் கால்களும் வெள்ளை நிறத்தில் இருந்தது. அதைப் பார்த்துக் கொண்டிருக்கும்போது பக்கத்து மரத்திலிருந்து கருமை நிறத்தில் உடம்பில் பெரிய புள்ளிகளுடன், மூக்கு சிவப்பு நிறத்திலும் காதில் மட்டும் முடி அடர்த்தியாகவும் இருந்த அணில் ஒன்று தாவி வந்தது.

மெதுவாக மூன்றுபேரும் புல்வெளி வட்ட மலையில் ஏறத் தொடங்கினர். புற்கள் ஒரு மீட்டர் உயரத்திற்கு வளர்ந்து நின்று ஈரமாக இருந்தது. மூன்று பேருக்கும் கால் வழுக்குவது போலத் தோன்றியது. அதனால் புற்கள் குறைவாக இருந்த குட்டையான மரங்கள் நின்ற பகுதி வழியாக ஏறத் தொடங்கினார்கள்.

செப்பு பாத்திரத்தைத் சுத்தியால் தட்டுவது போல 'டொக் டொக்'என சத்தம் கேட்டதும், சத்தம் வந்த திசையை நோக்கிப் பார்க்கும்போது செம்புகொத்தி பறவைக் கூட்டம் மரத்தில் கொத்திக் கொண்டு இருந்தது. ஈரப்பதம் மிகுந்த அந்த மலைப்பகுதியில் பச்சை நிற உடலில் தொண்டை கழுத்துப் பகுதிகள் வெள்ளை நிறத்திலும் அதில் சிறு பழுப்பு கீற்றுகள் போலும் தெரிந்த குக்குறுவான் ஒன்று பறந்து சென்றது. அதைப் பார்த்துக்கொண்டே நடந்து மேலேறும்போது பள்ளத்தில் காட்டு அத்தியும், நாவல்மரமும் செழித்து வளர்ந்திருந்தது தெரிந்தது. மரக் கிளைகளிலிருந்து புள்ளினங்களின் ஓசை இசை போல தொடர்ந்து வந்து கொண்டே இருந்தது. அங்கிருந்து நந்தியாறு தெளிவாகத் தெரிந்தது.

குளிர்ந்த காற்றில் மிதந்து வந்த காட்டுப் பூக்களின் வாசனையும், வளர்ந்த புற்களின் உரசலும் அவர்களை உற்சாகப்படுத்தி உடலையும் மனதையும் புத்துணர்ச்சி பெற வைத்தது. மலைப்பாதையில் சுருண்டு தலை மட்டும் நீண்டு பாம்பு ஒன்று அசையாமல் இருந்தது. உற்றுப் பார்த்தபோது அதன் வாயிலிருந்து நாக்கு வெளியே வந்து உள்ளே சென்றது. திடீரென வேறு வழியில் செல்ல முடியாததால் சிறிது நேரம் அப்படியே நின்றார்கள். அது மூங்கில் விரியன் பாம்பு. மங்கலான பச்சை நிறத்தில் கழுத்து சிறுத்து முக்கோணத் தலையுடன் அடிப்புறம் வெண்ணிறமாக இருந்தது. பாம்பின் மேல் புறத்தில் சிறு கருப்பு வளையங்கள். புல்லின் மீதோ மூங்கிலின் மீதோ இருந்தால் அந்தப் பாம்பு இருப்பதைக் கண்டுபிடிக்கவே முடியாது.

கோபால் தன் கையிலிருந்த கல்

மூங்கிலால் அதைத் தூக்கிக் கொஞ்சம் தள்ளி வீசினான். அது புதருக்குள் ஓடி மறைந்தது. 'பாம்பு எப்பயும் மனுசன விட்டுத் தள்ளி தான் இருக்கு. அது இருக்கது தெரியாம அதுக்கப் பக்கத்துல போவச்சிலயும், அதெ சவுட்டச்சிலயும் தான் கடிச்சும். பாம்பு எப்பயும் வெடுக்குனு கடிச்சி அதுக்க வெசத்த தீக்காது. அதுலயும் மனுசன்ட்டருந்து தான் தப்பயிக்கு பொய் கடிகடிச்சும்' என்று சொல்லிக் கொண்டே கோபால் மேலேறத் தொடங்கினான். அவன் பின்னால் ஆன்றோவும் ராஜேசும் நடக்கத் தொடங்கினார்கள்.

மேலே செல்லச் செல்ல பனிமூட்டம் மலை உச்சியிலிருந்து கீழ் நோக்கி இறங்கிக் கொண்டிருந்தது. மூன்று பேரும் செல்போனில் படம் பிடிக்கத் தொடங்கினார்கள். பனிமூட்டம் சூழச்சூழ அவர்களால் குளிரை உணர முடிந்தது. சற்று நேரத்தில் பனி விலகத் தொடங்கியதும் மேல் நோக்கி நடக்கும்போது முதிர்ந்த பெண் வரையாடு ஒன்று நின்றிருந்தது.

அதை நோக்கி அவர்கள் நடக்க, அதுவும் மெதுவாகத் திரும்பிப் நடக்க ஆரம்பித்தது. அதிலிருந்து சற்று தொலைவில் வரையாடுகள் சிறு கூட்டமாக நின்று கொண்டிருந்தன. அவை இவர்களைப் பார்த்ததும் மலையின் மறுபக்கம் நோக்கி நடக்க ஆரம்பித்தன. முதிர்ந்த வரையாடு தன் முன்னங்கால்களைத் தரையில் வேகமாக உதைத்து ஒலி எழுப்பியது. அதைப் புரிந்து கொண்டதால் மற்ற வரையாடுகள் வேகமாக நடக்க ஆரம்பித்தன. அவற்றைப் பின்தொடர்ந்து நடந்து சென்றபோது, மலையின் பின்புறம் நீலநிறப் படுகை போல பரந்து கிடந்ததைப் பார்த்த மூவரும் ஆச்சரியத்தில் அப்படியே நின்று விட்டார்கள். நீலநிறப் பூக்கள் பூத்துக் கிடந்த நீலக்குறிஞ்சிப் படுகைதான் அது. வரையாடுகள் நீலக்குறிஞ்சி பூத்துக் கிடந்த செடிகளுக்கிடையே நடக்க ஆரம்பித்தன. அதைப் பார்த்த கோபால் 'நீலக்குறிஞ்சி பூத்து கெடக்குது. அதை மொதல்ல பாத்துருவோம்' என்று சொன்னான்.

மலைச்சரிவில் நடக்கும்போது கவனமாக நடந்தார்கள். ஈரமான புல்லின் மீது காலோ, கம்போ பட்டால் வழுக்கிவிடும். ஆனால் வரையாடுகளுக்கு அந்த சிரமம் இல்லை. அவை மிக எளிதாக மலை விளிம்புகளில் நடந்து சென்றன.

மூவரும் நீலக்குறிஞ்சி பூக்களின் அருகே சென்றனர். கொத்துக் கொத்தாகப் பூத்துக் கிடந்த நீலக்குறிஞ்சி மலர்களைச் சுற்றி மலைப்பகுதியில் உள்ள அத்தனை தேனீக்களும், வண்டுகளும், வண்ணத்துப்பூச்சிகளும் படையெடுத்து வந்தது போன்று தேனெடுக்கப் பறந்து கொண்டிருந்தன. நீலக்குறிஞ்சி பூத்திருந்ததால் மலையில் வேறு செடிகள் எதுவும் தென்படவில்லை. குறிஞ்சிச் செடிகள் இரண்டு அடி உயரத்தில் குற்றுச் செடிகளாக வளர்ந்து அடர்நீல வண்ணத்தில் பூத்துக்

கிடந்தன. இலைகளே தெரியாமல் செடி முழுவதும் பூக்களால் நிறைந்து இருந்தது.

பூக்களைச் சுற்றி வண்டுகளும் தேனீக்களும் ரீங்காரமிட்டபடி நெருக்கமாகப் பறந்து கொண்டிருந்ததால் குறிஞ்சிப் படுகைக்குள் போக முடியாமல் போட்டோ எடுத்துக் கொண்டு, மேலேறி நடக்கத் தொடங்கினார்கள். மலை இடுக்குகளில் ஒதுங்கி நின்ற வரையாடுகள் இவர்களைப் பார்த்துக் கொண்டு நின்றன. அந்த மலை இடுக்குகள்தான் வரையாடுகள் தங்குமிடம். புற்களை மேய்ந்துவிட்டு நீர் குடிக்க அவை கீழே இறங்குவதில்லை. தின்னும் புற்களின் மீதுள்ள நீர் அவற்றிற்குப் போதும். வரையாடுகள் புற்கள் அருகில் நின்றால்தான் பார்க்க முடியும். பாறைகளில் நிற்கும்போது பாறைகளும் அவற்றின் நிறமும் ஒன்றுபோல இருப்பதால் எளிதாகக் கண்டுபிடிக்க முடியாது.

மலைமுகட்டில் ஏறும்போது கோபால், ஆன்றோவிடமும் ராஜேஷிடமும் 'வரையாட்டுக்ககூட ஃசெல்பி எடுத்துராதியடே. பக்கத்திலயும் போயி தொட்டுரவும் செய்யாதிய. தொட்டா அதுல இருக்க உண்ணி ஒட்டிக்கிடும். போட்டோ எடுத்து ஃபேஸ்புக்குல போட்டா வனத்துறை அரஸ்ட் பண்ணிரும்' என்று எச்சரித்தான்.

அப்போது பனிமூட்டம் மலை முகடுகளில் மட்டும் இருந்தது. ஏறஏற சுற்றிப் பார்த்தபடியே கோபால் ஏறினான். அப்பா சொன்ன வன தெய்வம் எங்கே இருக்கிறது என்று அவன் கண்கள் தேடிக்கொண்டு இருந்தன. அந்தப் பகுதி குளிர்ச்சியாக இருந்ததால் தாகம் எடுக்கவில்லை. மலைமுகட்டில் நின்று பார்க்கும்போது பின்பக்கம் பெருஞ்சாணி அணையின் நீர்ப்பிடிப்புப் பகுதியும், கிழக்குப் பக்கம் முகளியடி மலையும், தென்மேற்குப் பக்கம் குலசேகரமும், வடக்குப் பக்கம் மேகங்கள் தழுவிச் செல்லும் பசுமையான மலையடுக்குகளும் தெரிந்தன.

தொலைவில் மலையடிவாரப் பள்ளத்தாக்கில் நந்தியாறு தெரிந்தது. அதிலிருந்து கொஞ்சம் தொலைவில் மூங்கில்களால் கட்டப்பட்ட காணிப் பழங்குடியினரின் வீடுகள் தெரிந்தன.

வனத்துக்குள் நடந்து கொள்ள வேண்டிய முறைகள் பற்றியும், மலையிலிருந்து இறங்கும்போது இருக்க வேண்டிய எச்சரிக்கை பற்றியும் வனவிலங்குகள் வந்தால் எப்படி நடந்துகொள்ள வேண்டும் என்றும் பேசியபடியே நடந்தார்கள். இப்போது மலையின் மறுபக்கம் புல்வெளியும், நீலக்குறிஞ்சியும் இல்லை. உயரமாக வளர்ந்து நின்ற மரங்கள் தெரிந்தன. மரங்கள் இல்லாத இடங்களில் கோரையும், நாணலும் அடர்த்தியாக வளர்ந்து நின்றன.

கீழே இறங்கத் தொடங்கினார்கள். மேலிருந்து பார்க்கும்போது ஏற்கெனவே பார்த்த யானைக் கூட்டம் மரக்கிளைகளை ஒடித்துத் தின்று கொண்டிருப்பது தெரிந்தது. செடிகளும் புதர்களும் நிறைந்த பகுதியில் தெரிந்த குறுகிய தடத்தின் வழியாக ஒருவர் பின் ஒருவராக இறங்கினார்கள்.

நெருக்கமாக இருந்த புதர்களின் ஊடாக செடிகொடிகளை விலக்கியபடி கவனமாகச் சென்றனர். மிக நீளமான இழைகளுடன் கட்டப்பட்ட பிரம்மாண்டமான சிலந்திவலை வெளிச்சத்தில் மினுங்கியபடி காற்றில் அசைந்து கொண்டிருந்தது. அதன் நடுவில் இருந்த சிலந்தி, மஞ்சள் வண்ணத் தட்டானைப் பிடித்து வைத்திருந்தது. அந்த வலையில் ஈக்கள், சிறிய வண்ணத்துப் பூச்சிகளின் சதையற்ற உடற்கூடுகள் ஆங்காங்கே ஒட்டியிருந்தன. அதைப் பார்த்ததும் சற்று விலகி வனத்தின் அழகை ரசித்தபடியே நடந்தனர்.

ராஜேஷ் கையிலிருந்த மூங்கிலை ஓங்கித் தரையில் அடித்தபடியே ஊளையிட்டான். கோபால் 'ஊள போடாதடே, எல்லா மலையிலயும் ஊள போடக்கூடாது' என்றான்.

அங்கே மலையில் பெரும் பிளவு ஒன்று இருந்தது. அவர்கள் பக்கவாட்டு மலையில் பாதை போலத் தெரிந்த தடத்தில் நடந்தார்கள்.

'கொஞ்ச நேரம் இருந்துட்டுப் போவோமா?' என்று ஆன்றோ கேட்டான்.

கோபால் பக்கத்தில் தெரிந்த பாறையைக் காட்டி 'அங்க இருந்துட்டு போவோம்' என்றான். அதில் உட்கார்ந்தபோது பள்ளத்தாக்கின் ஒரு பகுதியிலிருந்து குளிர்ச்சியான காற்று வீசியது. அவர்கள் பார்த்துக் கொண்டிருக்கும்போது 'கீக்கீ' என்ற சத்தத்துடன் இரண்டு சாம்பல்நிற மொங்கான்கள் பறந்து சென்றன. பேக்கில் இருந்த பிஸ்கட்டையும், பழங்களையும் தின்று தண்ணீர் குடித்தார்கள்.

'இனிமேதான் நம்ம பயணம் கஷ்டமா இருக்கும் போலத் தெரியுது. யாருக்காவது ஏதாவது சிக்கல் வந்தா மத்தவங்க முயற்சி செய்தும் முடியாமப் போனா பேச்சிப்பாற பாரஸ்ட் செக்போஸ்டில போய்த் தகவல் கொடுத்துரணும்' என்றான் கோபால்.

சற்றுநேரம் இருந்துவிட்டு கோபால் அங்குமிங்குமாகச் சுற்றிப் பார்த்து வன தெய்வத்தைத் தேடினான். பிறகு 'வாங்க போவோம்' என்று சொல்லிக் கொண்டு நடந்தான்.

கீழே நின்ற இலுப்பை மரத்தில் வால் காக்கைகள் அங்குமிங்கும் பறந்தபடி குரல் எழுப்பிக் கொண்டிருந்தன. அந்தப் பாதை அச்சமூட்டும் விதமாக இருந்தது. வனத்தின் அழகை ரசித்துக்கொண்டே புகைப்படங்களையும் எடுத்துக் கொண்டிருந்தார்கள். ராஜேஷ் 'எனக்குக் கால் ரொம்ப வலிக்குது' என்று சொல்ல மூன்று பேரும் மெதுவாக நடந்தார்கள்.

மலையின் அடிவாரத்தில் கோரையும், நாணலும் வளர்ந்து நின்றன. ஆற்றுப்படுகையில் இரண்டு கடமான்கள் தண்ணீர் குடித்துக் கொண்டிருந்தன. அருகில் மயில் கூட்டமும் தண்ணீர் குடிக்க வந்தது. அப்போது கடமான்கள் முன்னங்கால்களைத் தரையில் உதைத்து சத்தம் எழுப்பின. உடனே மயில் கூட்டம் அகவியபடி கலைந்து பறந்து கொஞ்சம் தள்ளிச் சென்றது. மூன்று பேரும் கீழே வந்து சேர்ந்தார்கள்.

கோபால் முன்பைவிட வேகமாகத் தேடத் தொடங்கினான். அவன் அப்பா சொன்ன வன தெய்வம் இங்குதான் இருக்கும் என்று அவன் உள்ளுணர்வு சொல்லியது. ஆற்றுக்கருகில் நாணல் புதர் அருகே இருந்த

பலாமரத்தில் முசுறும், கடுத்துவாயும் ஏறிக்கொண்டிருந்தன. சாரை சாரையாய் ஓடிக் கொண்டிருந்த அவை தம்மைவிடப் பெரிய உணவுப் பொருளைச் சுமந்தபடி வரிசையாகச் சென்று கொண்டிருந்தன. பெரிய பூச்சி ஒன்றை பத்துப் பதினைந்து எறும்புகள் சேர்ந்து இழுத்துச் சென்று கொண்டிருந்தன. அந்தப் பலாமரத்தின் மூட்டில் கோபாலின் அப்பா சொன்ன அடையாளத்துடன் ஒரு கல் இருந்தது.

அதுதான் வன தெய்வம். அதைப் பார்த்ததும் அவன் மனம் சந்தோஷத்தில் நிறைந்தது. செருப்பைக் கழற்றி ஓரமாக போட்டு விட்டு கும்பிட்டான். அருகிலிருந்த சங்கு புஷ்பக் கொடியிலிருந்து பூக்களைப் பறித்து வைத்தான். மறுபடியும் சாஷ்டாங்கமாக விழுந்து வணங்கினான்.

ஆன்றோவிடமும், ராஜேசிடமும் 'இந்த வன தெய்வத்தைக் கும்பிட்டா ஒரு ஆபத்தும் வராதுன்னு எங்கப்பா சொல்வாரு. நீங்களும் பூ வச்சிக் கும்பிடுங்க' என்று சொன்னான்.

அதற்கு அவர்கள் 'நாங்கல்லாம் கும்பிட மாட்டோம். நீயே கும்பிட்டுக்க' என்று சிரித்துக் கொண்டே சொன்னார்கள்.

வன தெய்வத்திடம் தன் நண்பர்களுக்கும் சேர்த்து கோபால் வேண்டிக்கொண்டு அதனருகில் அமர்ந்தான். முன்னால் இருந்த ஆற்றுப்படுகையில் ராஜேசும், ஆன்றோவும் கைகால்களையும் முகத்தையும் கழுவினார்கள். அங்கிருந்து பார்க்கும்போது கோபால் இருந்த இடத்தின் பின்னால் ஆறடி உயரத்தில் வளர்ந்து நின்ற கோரைப் புற்கள் மிகவும் அழகாகத் தெரிந்தது.

ஆற்றுப்படுகையில் இருந்து கோபாலை நோக்கி வந்த ராஜேஷ் 'நீ அப்படியே இரு. ஒரு ஃசெல்பி எடுப்போம்' என்று சொல்லிவிட்டு ஆன்றோவைக் கூப்பிட்டான். ஃசெல்பி எடுக்கப் போகும்போது மரக்கிளைகளின் கீழ் பகுதியில் இருந்த சாம்பல் மந்திகள் பெரும் கூச்சலுடன் உச்சிக் கிளைகளுக்குத் தாவின. கடமான்களும், புதர் செடிகளுக்குள் ஓடி மறைந்தன. பறவைகள் ஏதோ ஆபத்து என்பது போலச் சத்தமிட்டன. திடீரென வனத்தில் ஒரு பேரமைதி நிலவத் தொடங்கியதை மூவரும் உணர்ந்தனர்.

சூரிய வெளிச்சம் குறைந்து இருள் சூழ்ந்தது போல இருந்தது. மறுபடியும் ராஜேஷ் செல்பி எடுக்க போக்கஸ் பண்ணும்போது அவனது கை கிடுகிடுவென ஆடியது.

‘போனை ஆட்டாம ஒழுங்கா எடுல’ என்று ஆன்றோ சொன்னான்.

கோபாலின் பின்னாலிருந்த கோரைகளினுடாக புலி ஒன்று மெதுவாக வருவது தெரிந்தது. அதைப் பார்த்து பயந்த ராஜேஷ் அதிர்ச்சியுடன் திரும்பிப் பார்த்தான். கோபாலின் முதுகின் பின்னால் புலி நின்றது. ராஜேஷ் முகத்தைப் பார்த்த ஆன்றோவும் வேகமாகத் திரும்பிப் பார்த்தான்.

இருவரும் அதிர்ச்சியில் ‘புலி’ என்று கத்தவும், திடுக்கிட்டு அதிர்ச்சியுடன் எழும்ப முயற்சித்த கோபாலின் வலது தோளில் புலி தன் வலது காலை வைத்து அழுத்தியது. புலியின் கூரான நகங்கள் கோபாலின் சட்டையைத் துளைத்துத் தோலை உரசியதை அவனால் உணர முடிந்தது. மறுபடியும் கோபால் முயற்சிக்கும்போது புலி தனது இடதுகாலை அவனின் இடது தோளில் வைத்தது. புலியின் கனத்தால் கோபாலின் உடல் தளர்ந்தது. ஆன்றோவும், ராஜேசும் ‘புலி புலி’ என கத்திக் கொண்டு ஓடத் தொடங்கினார்கள். புலியின் தலை, கோபாலின் தலையின்மேல் இருந்தது. புலி தன் வாயை அகல விரித்து உறுமத் தொடங்கியது. அந்த சத்தத்தில் மந்திகளும், பறவைகளும் அலறத் தொடங்கின.

ஆன்றோவும், ராஜேசும் ஆற்றுப்படுகையோரமாக ஓடி மறைந்தனர். கோபாலின் வலது கை முட்டுக்கு கீழ் ஏதோ உரசுவது போலத் தோன்றியது. மறுபடியும் அந்த உரசல். புலி அவன் மேல் இருக்கும் அச்சத்தில் இருந்து அவன் மீளவில்லை. கண்கள் கிறங்கி தளர்ச்சியாகிப் போகத் தொடங்கினான். கோபாலின் முன்னால் சுமார் இரண்டு மாதப் புலிக்குட்டிகள் மூன்று மங்கலாகத் தெரிந்தன. கண்களைக் கொஞ்சம் விரித்துப் பார்த்தான். அவையும் அவனைப் பார்த்து உறுமத் தொடங்கின. தாய்ப்புலி அவன் தோளில் இருந்த காலை எடுத்து கீழே வைத்தது.

ஒரு புலிக்குட்டி கோபாலின் தொடையின் மேல் ஏறி அவன் கண்களைப் பார்த்து உறுமியது. கோபால் அருகில் இருந்த வன தெய்வத்தை அசையாமல் மெதுவாக இடது கண்ணால் பார்த்தான். தாய்ப்புலி இறங்கியதும் பெருமூச்சு விட்டான். மூச்சுக்காற்றில் புலிக்குட்டியின் குச்சம் முடிகள் அதன் முகத்தோடு ஒடுங்கின.

புலிக்குட்டியைத் தடவிக் கொடுக்க கையை எடுத்தான். தாய்ப்புலி மெதுவாக உறுமியது. பயத்தில் கையை எடுத்துவிட்டான். ஒரு புலிக்குட்டி பின்னங்கால்களில் அமர்ந்து முன்னங்கால்கள் நிமிர்ந்து இருக்க அவனைப் பார்த்துக் கொண்டிருந்தது. இன்னொரு புலிக்குட்டி அவனைப் பார்த்தபடி அவன் அருகில் முன்னங்கால்களை நீட்டி அதன் மேல் தலையை வைத்து நீண்டு படுத்தது.

தாய்ப்புலி கோபாலைச் சுற்றி நடக்கத் தொடங்கியது. நடக்கும்போது புலியின் நீண்ட உடல் வளைந்து அசைந்து கொடுத்தது. முன்னங்கால்கள், பின்னங்கால்களைவிட சதைப்பற்று மிகுந்திருந்தன. புலியின் தலை அகன்று பருத்து உறுதியான கட்டையான கழுத்தால் உடலோடு சேர்ந்திருந்தது. சொரசொரப்பான நாக்கினால் மூக்கை நக்கியது. புலி இருநூறு கிலோ எடை இருக்கும். இரண்டரை மீட்டர் நீளம் இருக்கும். தோள்பட்டை உயரம் மட்டுமே ஒரு மீட்டர் இருக்கும். கழுத்திலும் தலையிலும் முதுகிலும் தோல் செம்பழுப்பு நிறத்தில் மயிரடர்ந்து தெரிந்தது. கண்களைச் சுற்றியும் கன்னப் பகுதியும், அடிவயிறும் வெள்ளை நிறத்தில் இருந்தன.

தாய்ப்புலியின் மேலிருந்த வரிகளுக்கும், குட்டிகளின் வரிகளுக்கும் வித்தியாசம் இருந்தது. நடக்கும்போது அதன் பாதங்கள் தரையில் பதிந்த ஓசையின்றி நடந்தன. புலியின் தாடையிலும், முன் முகத்திலும் இருந்த குச்சம் முடிகள் முன் நீண்டு இருந்தன. புலி தன் தலையை உயர்த்தி நாக்கை வெளியே நீட்டி, பெரிய கொட்டாவி விட்டு பின் உள்ளே இழுத்துக் கொண்டது.

தாய்ப்புலியின்மீது கோரைப் புல்லின் வாசம் வீசியது. அதில் மூத்திர நெடியும் சேர்ந்து இருந்தது. அதன் இடதுபக்க அடிவயிற்றுப் பகுதியில்

தையல் போடப்பட்ட தழும்பு தெரிந்தது. புலி மெதுவாக ஆற்றுப்படுகையை நோக்கி நடந்து தண்ணீரை நாக்கால் நக்கிக் குடிக்கத் தொடங்கியது. குட்டிகளும் அதன் பின் சென்று தண்ணீரைக் குடித்தன. தாய்ப்புலி தன் முன்னங்கால் பாதங்களை நாக்கால் நக்கி அந்தக் கால்களால் தன் முகத்தைத் துடைத்துக் கொண்டது.

புலி திரும்பி கரைக்கு வந்து வன தெய்வம் இருந்த மரத்தின் இடதுபுறமாக நடக்கத் தொடங்கியது. குட்டிகளும் அதனுடன் நடந்தன. கோபால் பேக்கிலிருந்த பாட்டில் தண்ணீரைக் குடித்துக் கொண்டு எழும்பி இன்னொருமுறை வன தெய்வத்தை வணங்கிக் கொண்டான். வன தெய்வத்தாலேயே தான் உயிர் பிழைத்ததாக அதற்கு மீண்டும் நன்றி சொன்னான். அரிவாளையும், மூங்கில் கம்புகளையும் வனதெய்வத்தின் அருகில் எடுத்து வைத்தான்.

புலிகள் புற்களின் ஊடாக மெதுவாக நடந்து சென்று கொண்டிருந்தன. கோபாலும் பதுங்கிப் பதுங்கிப் புலிகளைப் பின்தொடர்ந்து நடந்தான். புலிக்குட்டி ஒன்று அவனைத் திரும்பிப் பார்த்து நடந்தது. புலிகள் சிறிது நேரத்தில் ஒரு குகையை நோக்கி நடந்தன. மரங்கள் அடர்ந்து இருப்பதால் வெளியில் இருந்து பார்க்க குகை தெரியாது. கோபால் அதன் வாசல் அருகே வந்து உள்ளே பார்த்தான். இருட்டாக இருந்தது. அதனூடாகவே புலிகள் நடந்து போய்க் கொண்டிருந்தன. தன் மொபைலில் இருந்த டார்ச் லைட்டை ஆன் செய்து உள்ளே பார்க்கவும் நூற்றுக்கணக்கான வண்ணத்துப்பூச்சிகள் அவனைக் கடந்து வெளியே பறந்து கொண்டிருந்தன.

நீலன், அழகி, வரியன், சிறகன் இன வண்ணத்துப் பூச்சிகள் அதிகமாகப் பறந்தன. குகைக்கு வெளியே மயில் வசீகரன் வகை வண்ணத்துப்பூச்சிகளின் கூட்டம் ஏதோ வனவிலங்கு மூத்திரம் கழித்த ஈரமான இடத்தில் அமர்ந்து ஈரப்பதத்தை உறிஞ்சிக் கொண்டிருந்தன.

கோபால் குகையின் உள்ளே நடக்கத் தொடங்கினான். உள்ளே செல்லச் செல்ல குகை விரிந்தபடியே போய்க் கொண்டிருந்தது. செல்போன் டார்ச் வெளிச்சத்தில் குகை ஓரளவு பிரகாசமாகத் தெரிந்தது. தரையில்

விலங்குகளின் எச்சங்கள் காய்ந்து கிடந்தன. இடது, வலது, மேல், கீழ் என எல்லாப் பக்கங்களிலும் டார்ச் அடித்தபடியே நடந்தான். இடதுகையால் தோளில் கிடந்த பேக்கை இறுக்கமாகப் பிடித்திருந்தான். சில அடிகள் தூரத்தில் ஒரு நாற்காலி கிடந்தது. அதன் வலது புறமும் இடது புறமும் ஒரு ஆள் நடந்து செல்லக்கூடிய இடம் இருந்தது. செல்போன் டார்ச்சை அதன்மீது அடித்துப் பார்த்தான். அது கல்லிலேயே செதுக்கிய புடைப்பு நாற்காலி. இரு நாற்காலிகளை முதுகுப்புறம் இணைத்தது போல முன்னும் பின்னும் இருவர் அமரும்படி இருந்தது. அந்தக் கல்நாற்காலியின் கைப்பிடிகளில் சங்கு முத்திரை பொறிக்கப்பட்டிருந்தது.

திருவிதாங்கூர் சமஸ்தானத்தின் முதல் மன்னனான அனுஷம் திருநாள் மார்த்தாண்ட வர்மா அரியணை ஏறுவதற்கு முன் தன் எதிரிகளுக்குப் பயந்து பல்வேறு இடங்களில் சுற்றித் திரிந்து மறைந்து வாழ்ந்தார். அப்படி மறைந்து வாழ்ந்த பகுதியில் இதுவும் உண்டு. அவருக்குக் காணிப் பழங்குடி மக்கள் அடைக்கலம் கொடுத்து பாதுகாப்பாக இருந்தார்கள். அதற்கு பிரதிபலனாக மன்னர் மீண்டும் அரியணை ஏறியதும், காணி மக்கள் வசித்த மலைப்பகுதியில் இருந்த இடங்களை 'கரம் ஒளிவு பண்டாரவகை காணிச்சொத்து' என்ற பெயரில் செப்புப் பட்டயம் எழுதி மக்களுக்குக் கொடுத்தார். காணி என்றால் நிலம் என்று பொருள் மன்னர் கொடுத்த காணிக்கைக்குச் சொந்தக்காரர்கள் என்பதால் காணி மக்கள் என்று அழைக்கப்பட்டனர்.

மார்த்தாண்ட வர்மா ஆண்டுக்கு ஒருமுறை இந்த வனப் பகுதிக்கு வந்து காணி மக்களை சந்தித்துவிட்டுச் செல்வார். அப்போது அவர் அமர்வதற்காக இந்த நாற்காலியை குகைக்குள்ளேயே உருவாக்கி இருந்தார்கள்.

கோபால் அந்த நாற்காலியில் உட்கார்ந்து பார்த்தான். குளிர்ச்சியாக இருந்தது. அடுத்து அதன் பின்பக்கம் உள்ள நாற்காலியில் அமர்ந்தான். அது சூடாக கதகதப்பாக இருந்தது. ஆச்சரியப்பட்ட படியே குகையில் தொடர்ந்து நடக்க ஆரம்பித்தான். சற்று தூரம் சென்றதும் குகை வாசல் தெரிந்தது.

புலிகளைக் காணவில்லை. மெதுவாக குகைக்குள் இருந்து வெளியே வந்தான். அவனுக்குத் தான் எங்கு இருக்கிறோம் என்று புரிந்துகொள்ள முடியவில்லை. செல்போன் டார்ச்சை அணைத்துக் கொண்டான். வனத்தில் பூச்சிகள், வண்டுகளின் ரீங்காரம் கேட்டுக் கொண்டிருந்தது. பெரிய மரங்களும் சிறிய குற்றுச் செடிகளும் வளர்ந்து நின்றன. ஒரு பெரிய சாம்பிராணி மரத்தின் அருகே வனக்காவலரின் கிழிந்த காக்கிச் சட்டை கிடந்தது. அதைக் கையில் எடுத்துப் பார்த்தான். அது மழை நனைந்து சேறும் சகதியும் படிந்து இருந்தது. ஒருமுறை முகர்ந்து பார்த்தான். புழுங்கல் நெடியும் காட்டுச் செடிகளின் வாசமும் சேர்ந்து வீசியது.

கோபாலுக்கு அப்பாவின் நினைவு மனதில் வரத் தொடங்கியது. வனக்காவலர் உடையில் அவன் அப்பா ராஜசேகர் நினைவுகளில் உருப்பெற்றார். அவனது கண்கள் நீரால் நிறையத் தொடங்கின. அந்த உடையைத் தடவித் தடவிப் பார்த்துக் கொண்டான். முகத்தில் ஆழ்ந்த ஏக்கம் வந்து சூழ்ந்தது.

ராஜசேகர் ஒரு வருடத்திற்கு முன்புதான் இறந்திருந்தார். அவர் அழகிய பாண்டியபுரம், வேளிமலை, களியல், குலசேகரம், பூதப்பாண்டி வனச்சரகங்களில் மாறிமாறி வனக்காவலராக இருந்தார். கடைசியாக ஆரல்வாய்மொழி வனச் சோதனைச் சாவடியில் வேலை பார்த்தார். நேர்மையான வனக்காவலர். அவர் காவலுக்கு நின்றால் எந்தக் கடத்தல் சம்பவங்களும் நடைபெறாது.

கன்னியாகுமரி மாவட்டத்திலுள்ள 50,989 சதுர ஹெக்டேர் பாதுகாக்கப்பட்ட வனப்பகுதியில் ராஜசேகரின் கால் படாத இடங்களே கிடையாது. கேரள எல்லையான ஆறுகாணியில் இருந்து தொடங்கும் குமரி வனப்பகுதி ஈரமான பசுமை மாறாக் காடுகள் முதல் வறண்ட காடுகள் வரை பதினான்கு வகையான காடுகளைக் கொண்டது. இங்குதான் தேக்கு, ஈட்டி, வேங்கை, நாங்கு, கோங்கு, அயினி, மயிலை, ஈத்தல், மூங்கில், பிரம்பு எனப் பல்வேறு மரங்கள் வளர்ந்து நிற்கின்றன.

யானை, வரையாடு, புலி, மிளா, காட்டெருமை என இருபதுக்கும் மேற்பட்ட வனவிலங்குகள் வாழ்கின்றன. பசுமைத் தோற்றம் கொண்ட

வனப்பகுதிகளில் சோலைவனமும், புல்வெளியும், மலையுச்சி வனமும், பள்ளத்தாக்குகளும், நீர்வீழ்ச்சிகளும், மலைக் குன்றுகளும், நீரோடைகளும் நிறைந்துள்ளன.

இதில் மகேந்திரகிரி, மாறாமலை, பாலமோர், காளிகேசம், பேச்சிப்பாறை, பெருஞ்சாணி, கோதையாறு வனப்பகுதிகள் சுற்றுலாத் தலங்களாவும் இருக்கின்றன. தெற்குமலை, பொதிகைமலை, மகேந்திரகிரிமலை, தாடகைமலை, வீரப்புலி, பழைய குலசேகரம், வேளிமலை, அசம்பு மலை, கிளாமலை என ஒதுக்குக் காடுகள் இருக்கின்றன. குமரி மாவட்ட வனப்பகுதியில் 4785 ஹெக்டேர் அரசு ரப்பர் கழகத்துக்கு ரப்பர் சாகுபடிக்காக இருக்கிறது. விண்வெளி ஆய்வுக்காக ஐ.எஸ்.ஆர்.ஓ விடம் 1199.2 ஹெக்டேர் வனம் இருக்கிறது. கிராம்பு சாகுபடிக்காக 110 ஹெக்டேர் வனம் தனியாரிடம் இருக்கிறது. இது தவிர்த்து குமரி மாவட்ட வனப்பகுதியில் ஒரு நூறாம் வயல், வட்டப்பாறை, போஞ்சி மடம், அத்திக்கரை, தாக்குமலை, சிறுகள்துகாணி வனப்பகுதிகளில் காணிப் பழங்குடியினர் வாழ்கிறார்கள்.

கேரள வனப்பகுதியோடு குமரி மாவட்ட வனப் பகுதி தொடர்ச்சியாக இருப்பதால் கேரளக் கடத்தல் கும்பல்கள் குமரி வனப்பகுதிக்குள் நுழைந்து மரங்களை வெட்டிக் கடத்துவதும், அத்துமீறி வனப் பகுதிகளை ஆக்கிரமிப்பு செய்வதும், வன விலங்குகளை வேட்டையாடுவதும் அதிகரித்து வந்தது. இதைத் தடுக்கவும், வனப்பகுதிகளைப் பாதுகாக்கவும், காணிப் பழங்குடி மக்களின் மேம்பாட்டிற்காகவும் வனகிராமக் குழுக்களை ராஜசேகர் அமைத்தார்.

அதனால் காணிப் பழங்குடி மக்களிடம் ராஜசேகருக்கு நல்ல அறிமுகம் உண்டு. ராஜசேகர் ஐந்தே முக்கால் அடி உயரம். கொஞ்சம் சிறிய கண்கள். விரிந்த மார்பு. நீளமான இரு கைகளையும் சேர்த்து விரித்து குவித்து வைத்தால் அகன்ற முறம் போல இருக்கும். நான்கடி உயரத்தில் கல் மூங்கில் பிரம்பு வைத்திருப்பார். அதை ஊன்றியபடிதான் வனத்துக்குள் வேகமாக நடப்பார். மரம் வெட்டும் சத்தமோ, முறிக்கும் சத்தமோ கேட்டால் புலியைப் போல வேகமாக ஓடி கையில் இருக்கும் பிரம்பால்

மரம் வெட்டுபவர்களை பாரபட்சமில்லாமல் அடி வெளுத்து வாங்குவார்.

களியல் வனப்பகுதியில் வேட்டையாடிய கேரளக் கடத்தல் கும்பலைப் பிடிக்கத் துரத்தியதில் அந்தக் கடத்தல்காரர்கள் சுட்டபோது அதில் ராஜசேகரின் வலது மேற்கை சதையை குண்டு துளைத்திருந்தது. அவர்கள் மருந்துக்காக வேட்டையாடிய ஏழு சோலை மந்திகளைக் கைப்பற்றி வனச்சரகத்தில் ஒப்படைத்தார்.

அதன்பின் மருத்துவமனையில் சிகிச்சை, ஓய்வு என இரண்டு மாதம் இருந்துவிட்டு வரும்போது, அவரை வேளிமலை வனச் சரகத்துக்கு மாற்றி இருந்தனர். வேளிமலை வனப்பகுதியில் மலைகளை உடைத்து கற்களை எடுப்பது நடந்து கொண்டிருந்தது. கல் குவாரிகளைத் தாண்டிய வனப்பகுதி மலைகளில் கற்களை உடைத்தபோது ராஜசேகர் அங்கும் பெரும் தகராறு செய்து பாறைக் குன்றின் விளிம்பில் நின்று கொண்டிருந்த லாரியின் அடைக்கல்லை எடுத்துவிட்டதில் லாரி கீழே விழுந்து நொறுங்கிப் போனது. குவாரிக்காரர்கள் எல்லோரும் சேர்ந்து தாக்க முயற்சி செய்தபோது அங்கிருந்து தப்பி ஓடினார்.

அவரது ஓட்டத்தைப் பார்த்து பழங்குடிகளே ஆச்சரியப் படுவதுண்டு. மலையில் பிறந்து வளர்ந்த அவர்களைவிட ராஜசேகர் புலியைப் போல பாய்ந்தும், யானையைப் போல வேகமாகவும் ஓடுவார். குரங்கைவிட வேகமாக மரத்தில் ஏறுவார். இரவானாலும் பகலானாலும் வனத்திற்குள் அவரது கண்கள் வெளிச்சமாகவே இருக்கும்.

வில்லுக்குறி மலைப்பகுதியில் சாராயம் காய்ச்சும் கும்பல்களை ராஜசேகர் விரட்டி விரட்டிப் பிடித்து போலீசில் ஒப்படைப்பார். மறுபடியும் அவர்கள் வெளியே வந்து சாராயம் காய்ச்சத் தொடங்குவார்கள். அப்படி ஒருமுறை சாராய கும்பல் அவரை அரிவாளால் வெட்டிவிட்டுத் தப்பிச் சென்றது. அப்போது அவரது முகத்தில் ஏற்பட்ட அரிவாள் வெட்டிய தழும்பு கடைசிவரை இருந்தது. அதற்குப்பின் சாராயம் காய்ச்சும் கும்பல்களைப் பிடிக்கத் தனியாகப் போக வேண்டாம் என வன அதிகாரிகள் சொல்லியிருந்தார்கள்.

மாறாமலை வனப்பகுதியில் தனியார் பங்களாக்களில் அரசு அதிகாரிகளும், பெரும் பணக்காரர்களும் சென்று தங்குவார்கள். அது மிளாக்களும், காட்டுப் பன்றிகளும், யானைகளும், மான்களும் நிறைந்த பகுதி.

குற்றவியல் நீதிபதி ஒருவர் தனது நண்பர்களோடு காட்டு பங்களாவில் தங்கி அங்கு மிளாவை வேட்டையாடிய தகவல் அந்தப்பகுதி காணிப் பழங்குடியினர் மூலம் வனச்சரகத்துக்குத் தெரிந்தது. நீதிபதி என்பதால் வன அதிகாரிகள் அமைதியாக இருந்துவிட்டனர். இந்தத் தகவல் ராஜசேகருக்குத் தெரிந்ததும், தனக்குத் தெரிந்த பத்திரிக்கையாளர்களுக்கு போன் செய்து கீரிப்பாறைக்கு வரச் சொல்லிவிட்டு வன அதிகாரிகளுக்குத் தகவல் கொடுக்காமல் மாறாமலைக்கு சென்று நீதிபதியையும் அவரது நண்பர்களையும் அடித்து அவர்களின் காரிலேயே மிளா இறைச்சி, துப்பாக்கிகளோடு, அவர்களையும் கீழே கொண்டு வந்தார்.

அது வன அதிகாரிகளுக்குப் பெரும் அதிர்ச்சியாக இருந்தது. நீதிபதியின் முகத்திலும் அவரது நண்பர்களின் முகத்திலும் ரத்தக்கட்டுக் காயங்கள் தெரிந்தன. ராஜசேகர் அடித்ததில் நீதிபதியின் சட்டை கசங்கி கொஞ்சம் கிழிந்தும் இருந்தது. பத்திரிகையாளர்கள் போட்டோ எடுக்க ஆரம்பித்ததும் வேறுவழியின்றி வன அதிகாரிகளும் சேர்ந்து நின்று போட்டோவுக்கு போஸ் கொடுத்தனர்.

நீதிபதியும் கைது செய்யப்பட்டு சிறையில் அடைக்கப்பட்டார். பின் அவர் பதவியையும் இழந்தார். இது அரசு அதிகாரிகள் மட்டத்தில் பெரும் பரபரப்பை ஏற்படுத்தியிருந்தது. அதன்பின் மாறாமலை வனப்பகுதிகளுக்கு அரசு அதிகாரிகளும், தொழிலதிபர்களும் வருவதும் குறையத் தொடங்கியது. ராஜசேகருக்கும் அடிக்கடி பணியிட மாற்றம் கொடுக்கப்பட்டு வந்தது.

வனக்காவலராக வேலை செய்வது அவ்வளவு சுலபம் அல்ல. நிறைய சவால்கள் நிறைந்த வேலை. ஒவ்வொரு நாளும் அடர் வனத்துக்குள் செல்ல வேண்டும். வனத்தில் சீதோஷ்ண நிலை அடிக்கடி மாறிக்

கொண்டே இருக்கும். வனத்தில் எப்போது மழை வரும் காட்டாற்றில் எப்போது வெள்ளம் வரும் என்று யாருக்கும் தெரியாது. வன விலங்குகளிடம் இருந்தும் தன்னைத் தற்காத்துக் கொள்ள வேண்டும்.

கேரள வனப்பகுதிகளில் யானைகள் அதிகம் உண்டு. அங்கு யானைகளைத் தந்தத்திற்காகத் தந்திரமாக வேட்டையாடுவார்கள். அதனால் யானைகள் குமரி வனப்பகுதிகளுக்குப் பெரும்பாலும் வந்துவிடும். தந்த வேட்டைக்காரர்கள் மழைக் காலத்தில்தான் வனத்துக்குள் இறங்குவார்கள். யானைகளைத் துரத்தும்போது அவர்களிடமிருந்து தப்பிக்க யானைகள் வேகமாக ஓடும்.

அப்போது சில யானைகள் கால் இடறி பள்ளத்தாக்கில் விழுந்து விடும். விழும்போது சில சமயம் ஆண் யானைகளின் தந்தங்களும் முறிந்துவிடும். குட்டிகள் இறந்துவிடும். ராஜசேகர் ஆறுகாணி, பத்துகாணி வனப்பகுதிகளில் வேலை பார்த்த சமயம் தந்தத்திற்காக யானைகளை வேட்டையாட கேரள கும்பல் காட்டுக்குள் இறங்கி இருந்தது.

மழை பெய்யும்போது வனத்துக்கு மேல் பறவைகள் பறக்காது. ஆட்கள் நடந்து வந்தாலும் செடி கொடிகள் அசைவும் மழையில் தெரியாது. இடி முழக்கம் கேட்கும் நொடியை வேட்டைக்காரர்கள் சரியாக கணித்துவிட்டு இடி இடிக்கும்போது யானையை நோக்கிச் சுடுவார்கள். இடிச் சத்தத்தில் துப்பாக்கிச் சுடும் சத்தம் கேட்காது.

ராஜசேகர் காணிப் பழங்குடிகளை வைத்து சில பகுதிகளில் உயரமான மரங்களில் ஏறுமாடம் அமைத்திருந்தார். அங்கிருந்துதான் அவர் பெரும்பாலும் வனத்தைக் கண்காணித்துக் கொண்டிருப்பார். மழைக்காலத்தில் வனக்காவலர்கள் வனத்துக்குள் நிற்க மாட்டார்கள். மரங்களின் மேல் இடி தாக்கும். மழையில் மரங்கள் முறிந்து விழும் என்பதால் சோதனைச் சாவடிக்குப் போய்விடுவார்கள். இது வேட்டைக்காரர்களுக்குத் தெரியும்.

ராஜசேகர் வனத்துக்குள் மரத்தில் ஏறுமாடம் அமைத்துக் கண்காணிப்பது வன அதிகாரிகளுக்கே தெரியாது. வனத்துறை உயர்

அதிகாரிகள் வனத்துக்குள் வரமாட்டார்கள். வனக்காவலர்கள்தான் எப்போதும் ரோந்தில் இருப்பார்கள். வேட்டைக்காரர்கள் வனத்துக்குள் மழைக்காலத்தில் இறங்கி இருப்பதைக் கண்டுபிடிக்க முடியாது. ஆனால் யானையைத் துரத்தினால் தெரியும். யானை வேகமாக ஓடும்போது அதன்மேல் படுகிற மரம், செடி, கொடிகள் அசையும். அதில் பறவைகள் இருந்தால் அவை கீச்சிட்டபடி பறக்கும் அமளி கேட்கும். உடனே பைனாகுலர் வழியாக ராஜசேகர் பார்த்துக் கண்டுபிடித்து விடுவார்.

அப்படித்தான் அந்தக் கேரள கும்பல் ராஜசேகரிடம் சிக்கியது. ஏறுமாடத்தில் இருந்து இறங்கும்போதே ராஜசேகர் சிக்னல் கொடுத்தார். அந்த சத்தம் கேட்டு பழங்குடிகளோ வன காவலர்களோ வருவார்கள் என்று நினைத்தார். ஆனால் யாரும் வரவில்லை. வேட்டைக்காரர்கள் ஆண் யானையைச் சுட்டபோது அது தவறி, பெண்யானை மீது பட்டது. குண்டு யானையின் காதுக்கு இருபத்தி ரெண்டு சென்டிமீட்டர் கீழே துளைத்து ஊடுருவி இதயத்தையும் துளைத்ததால் பொத்தென விழுந்து இறந்தது.

மறுபடியும் வேட்டைக்காரர்கள் ஆண் யானையைச் சுட்டனர். யானையின் நெற்றியில் பாய்ந்த குண்டினால் அது பிளிறியபடி கீழே விழுந்து இறந்தது. ராஜசேகரைப் பார்த்ததும் அந்த வேட்டைக்காரர்கள் ஓடும்போது அவர்களில் ஒருவன் தப்பித்து விட்டான். ஒருவனை ராஜசேகர் அடித்ததில் காயம்பட்டு எழும்ப முடியாமல் கிடந்தான். இன்னொருவனை அடித்ததில் இறந்துவிட்டான். அதற்கு அவர் மேல் வழக்குப் பதிவு செய்யப்படவில்லை.

ராஜசேகர் குலசேகரம் வனச்சரகத்தில் வேலை பார்க்கும்போது கோதையாறு வனப்பகுதியில் பெண்யானை ஒன்று, இறந்த தனது குட்டியைத் தூக்கிக்கொண்டே திரிந்தது. அது தண்ணீர் குடிக்கப் போகும்போதும் குட்டியை அருகில் வைத்துவிட்டு, தண்ணீர் குடித்ததும் மீண்டும் குட்டியைத் தூக்கி கொண்டு திரிந்தது. அடிக்கடி யானையின் பிளிறல் அதிகமாக இருந்ததால் அந்த இடத்துக்கு ராஜசேகர் வந்தார். யானைக்குட்டி இறந்துவிட்டது தெரிந்தது. தாய் யானையிடம் இருந்து

குட்டியைப் பிரிப்பது சுலபம் கிடையாது. தனியாளாக மீட்க முடியாது என்பதைப் புரிந்துகொண்ட அவர் தகவல் கொடுத்ததும் சக வனக்காவலர்கள் வந்து சேர்ந்தனர். இறந்த குட்டியை எடுத்துப் புதைத்து விடலாம் என்று திட்டம் போட்டனர். ஆனால் தாய் யானையிடம் இருந்து குட்டியை எடுக்க முடியவில்லை. இரண்டு நாட்களாக அவர்களும் பல வழிகளில் முயற்சி செய்தனர். எதிலும் பலன் கிடைக்கவில்லை.

ஒரு கட்டத்தில் யானை தன்னை வனக்காவலர்கள் பின்தொடர்ந்து கொண்டிருப்பதை உணர்ந்து தன் குட்டியைக் கீழே வைத்து அதன் முன்னால் மண்டியிட்டபடி பிளிறிக் கொண்டிருந்தது. வனக்காவலர்கள் கொஞ்சம் தள்ளி இருந்து இதனைப் பார்த்துக் கொண்டிருந்தார்கள். அந்தக் காட்சியும் தாய் யானையின் பிளிறலும் வனக்காவலர்களின் நெஞ்சை உலுக்குவது போல இருந்தது. சிறிது நேரத்தில் தாய் யானை தன் குட்டியின் உடலை அப்படியே விட்டுவிட்டு கண்ணீர் விட்டபடி மெதுவாக வனத்துக்குள் நடக்கத் தொடங்கியது. வனக்காவலர்கள் அங்கே ஒரு குழி தோண்டி அதில் அந்த யானைக் குட்டியைப் புதைத்தனர். ஒரு சிறு குழந்தையைப் புதைப்பது போன்ற உணர்வு மேலிட ராஜசேகரும் வனக்காவலர்களும் அழுதார்கள்.

பொதிகை மலையின் பின்பக்கத் தொடர்ச்சியாக வரும் மேல் கோதையாற்றுக்கும், கீழ்க் கோதையாற்றுக்கும் இடைப்பட்ட வனப்பகுதியில் தந்தத்திற்காக நான்குபேர் கொண்ட வேட்டைக் கும்பல் இறங்கியது. மேல் கோதையாற்றிலிருந்து கீழ்க் கோதையாற்றுக்கு வரும் தண்ணீரை அதன் இடைப் பகுதிகளில் குடிக்க யானைகள் வரும். அப்படி ஒரு கூட்டம் யானைகள் தண்ணீர் குடிக்கும்போது நான்கு பேரில் ஒருவன் அதில் ஒரு பெரிய யானையைச் சுட்டான்.

ஓரளவு காயம்பட்ட யானை அவனைத் துரத்தித் தாக்கியது. உடனே மற்றவர்கள் யானையை நோக்கிச் சுட ஆரம்பித்தனர். இந்த சத்தத்தில் மற்ற யானைகள் பிளிறியபடி கலைந்து ஓடத் தொடங்கின. துப்பாக்கி வெடிக்கும் சத்தமும், யானைகளின் பிளிறலும் கேட்டு, ராஜசேகரும் வனக் காவலர்களும் அங்கு வந்து பார்த்தபோது யானையின் உடலில் முப்பது

இடங்களில் குண்டடிபட்டு இறந்து கிடந்தது. அதனருகே நான்குபேர் இறந்து கிடந்தனர். அவர்கள் நான்கு பேரையும் யானை கொன்றிருந்தது.

இந்த விஷயத்தை மேலதிகாரிகளுக்குத் தகவல் கொடுத்து, அவர்கள் வந்ததும் அவர்கள் முன்னிலையிலேயே யானையின் தந்தத்தை வெட்டி எடுத்துவிட்டு யானையை அங்கேயே புதைத்தார்கள். அதன்பின் ஒரு யானையைக் கூட வேட்டைக்காரர்கள் வேட்டையாடி விடாதபடி யாரையும் வனத்தில் இறங்கக்கூட விடக்கூடாது என்று வனத்துறையினர் சபதம் செய்து கொண்டனர். யானைகளை வேட்டையாடுபவர்களை வேட்டையாடுவதற்கு வனக்காவலர்களுக்கு வனத்துறை முழு அதிகாரம் கொடுத்தது.

ஒருமுறை கோதையாற்றிலிருந்து வெள்ளம் பேச்சிப்பாறை அணைக்கு வேகமாக வரும் மழைக் காலம் ஒன்றில் யானைக் கூட்டம் ஒருகரையில் இருந்து மறுகரைக்கு ஆற்றில் இறங்கிக் கடக்கும்போது யானைக்குட்டி ஒன்று ஆற்று வெள்ளத்தில் அடித்துச் செல்லப்பட்டு விட்டது. நீரின் வேகத்தில் யானைக்குட்டி கரைக்கு வர முடியவில்லை. பெரிய யானைகள் பல முயற்சிகள் செய்தும் காப்பாற்ற முடியவில்லை. யானைக்குட்டி பேச்சிப்பாறை அணையின் நீர்ப்பிடிப்புப் பகுதிக்கு வந்துவிட்டது. யானைகள் அங்கு வந்து நீரில் இறங்கிக் குட்டியைக் காப்பாற்ற முயற்சி செய்தன. ஆனால் வெள்ளத்தின் வேகத்தில் அவற்றால் அதனைக் காப்பாற்ற முடியவில்லை. ராஜசேகரும் மற்ற வனக்காவலர்களும் அணையின் நீர்ப்பிடிப்புப் பகுதியின் ஓரமாக கைகால் முகம் கழுவி அணையின் கரையில் அமர்ந்து பேசிக் கொண்டிருந்தனர். அப்போது வெள்ளத்தின் பேரிரைச்சலுடன் யானைகளின் ஆபத்துநேரப் பிளிறல் சத்தம் கேட்டு ஓடி வந்து பார்த்து நிலைமையைப் புரிந்து கொண்டனர். யானைக் குட்டியின் துதிக்கை மட்டும் மேலே தெரிந்தது.

யானைக் குட்டியைக் காப்பாற்ற இடுப்பில் கயிறு கட்டியபடி ராஜசேகரும் வனக்காவலர் குமாரும் படகில், யானைக்குட்டி மிதந்து கொண்டிருக்கும் பகுதிக்கு வந்து தண்ணீரில் குதித்து யானைக் குட்டியின் வயிற்றுப் பகுதியைச் சுற்றி பெல்ட்டால் கட்டி அதைப் படகில் இருந்த

கயிற்றில் மாட்டி விட்டனர். இதைப் பார்த்த கரையில் நின்ற யானைகள் கரையிலிருந்து தண்ணீருக்குள் இறங்கி வரும்போது இன்னொரு படகில் வந்த வன அதிகாரிகள் வானத்தை நோக்கித் துப்பாக்கியால் சுட்டனர். தண்ணீருக்குள் இறங்கிய யானைகள் திரும்பி காட்டுப் பகுதிக்குள் ஓடி நின்றன.

யானைக் குட்டியைப் படகுடன் கட்டி இழுத்து கரைக்குக் கொண்டு வந்து சேர்த்தனர். சோர்ந்து கிடந்த யானைக்குட்டியின் மேல் சுற்றியிருந்த பெல்ட்டை கழற்றியதும் மருத்துவர் சிகிச்சை கொடுத்தார்.

யானைக் குட்டிக்கு இரண்டு நாட்கள் அணையின் கரையிலேயே கூடாரம் அமைத்து சிகிச்சை கொடுத்தனர். இரவில் யானைக்குட்டி அடிக்கடி பிளிறிக் கொண்டே இருந்தது. அப்போது அணையின் எதிர்ப்பக்கம் இருந்துவந்த பிளிறல் சத்தம் தாய் யானை அந்தப் பக்கம்தான் இருக்கிறது என்பதை உணர்த்தியது. யானைக்குட்டிக்கு அரிசி, பருப்பை வேகவைத்து வெல்லம் கலந்து பாலும் சேர்த்துக் கொதிக்கவிட்டு உணவை ஆறவைத்து மூங்கில் குழாய் மூலம் வாயில் புகட்டினார்கள்.

முதலில் மறுத்தாலும் பசியில் யானைக் குட்டி விழுங்கியது. சாப்பிட்டதும் கூடாரத்தைச் சுற்றி அங்கும் இங்கும் ஓடிக் கொண்டே இருந்தது. வனக்காவலர்கள் அதனைக் கண்காணித்துக் கொண்டே இருந்தார்கள். அதன் விளையாட்டு அவர்களை ரசிக்க வைத்தது. இரவிலும் தாய் யானையின் பிளிறல் சத்தம் கேட்டுக் கொண்டிருந்தது. இரண்டாவது நாள் மருத்துவர் வந்தபோது குட்டி உற்சாகமாக நலமுடன் இருப்பதை உறுதி செய்தார். அன்று மாலை குட்டியைத் தாயோடு சேர்த்துவிடலாம் என்று சொன்னார். இரண்டுநாள் என்றாலும் அதனுடன் இருந்து கவனித்த வனக்காவலர்களுக்கு யானைக் குட்டியின் விளையாட்டுக் குணம் மிகுந்த மகிழ்ச்சியை கொடுத்தது. சொல்லப் போனால் தங்களுடனேயே வைத்துக் கொள்ளலாம் என்று கூட அவர்களுக்கு ஆசை தோன்றியது.

ஆனால் தாய் யானையின் அழைப்புக் குரலும் குட்டியின் ஏக்கக் குரலும் கேட்டு சீக்கிரம் குட்டியைத் தாயுடன் சேர்த்து வைக்க முடிவு

செய்தனர். மாலையில் மருத்துவர் வந்து பரிசோதித்தபின் தயாராக நின்ற ஒரு படகில் யானைக் குட்டியை ஏற்றிவிட்டு, ராஜசேகரும் குமாரும் ஏற, இன்னொரு படகில் வனத்துறை அதிகாரிகள் ஏறி மறுகரையில் நின்ற யானைகளை முதலில் விரட்ட வானத்தை நோக்கித் துப்பாக்கியால் சுட்டனர். யானைகள் சற்று தூரம் விலகியதும் குட்டியைப் படகிலிருந்து ராஜசேகரும், குமாரும் கரையில் இறக்கிவிட்டு சற்றுத் தள்ளி ஒதுங்கி நின்றனர்.

சிறிது நேரத்தில் குட்டியின் பிளிறலில் தாய் யானையும் மற்ற யானைகளும் பிளிறிக் கொண்டே ஓடிவந்தன. தன் தாயைக் கண்டதும் குட்டி யானை அதனருகே ஓடிச் சென்றது. தன் துதிக்கையால் குட்டியை வருடிய தாய் யானையின் முன்னங்கால்களுக்கிடையில் புகுந்து குட்டி யானை ஓடியது. மற்ற யானைகள் குட்டியைப் பார்த்த மகிழ்ச்சியில் துதிக்கையால் குட்டியின்மேல் வருடிக் கொடுத்தன. மீண்டும் மகிழ்ச்சியில் பிளிறியபடி எல்லா யானைகளும் காட்டுக்குள் நடக்க ஆரம்பித்தன. யானைகளின் அன்பையும் பாசப் பிணைப்பையும் கண்டு ராஜசேகரும் குமாரும் மற்றவர்களும் நெகிழ்ந்தபடியே மறுபடி படகிலேறி மறுகரைக்கு வந்தார்கள்.

மாறாமலையின் பின்னால் இருக்கும் குத்தரப் பாஞ்சான் பொத்தையில் காயம்பட்ட ஆண் புள்ளிமான் ஒன்று நடக்க முடியாமல் கிடந்ததைக் கேள்விபட்டு அதைக் காப்பாற்ற ராஜசேகர் மற்ற வனக் காவலர்களுடன் சென்றார். ராஜசேகர் அதைத் தூக்கிவிட முயற்சி செய்தபோது மான் திமிறியதில் அதன் கொம்பு ராஜசேகரின் வலது நெஞ்சில் குத்தி ரத்தம் வெளிவரத் தொடங்கியது. மானும் ராஜசேகரும் அவசரச் சிகிச்சைக்கு மருத்துவமனைக்குக் கொண்டு செல்லப்பட்டனர்.

மருத்துவச் சிகிச்சைக்குப்பின் ராஜசேகர் குலசேகரத்தில் உள்ள அவரது வீட்டில் ஓய்வில் இருக்கும்போது திருநந்திக்கரையில் நான்கு கரடிகள் ஊருக்குள் இறங்கி விவசாய நிலங்களைச் சேதப்படுத்தின. கரடிகள் தோட்ட வேலை செய்தவர்களைக் கடித்துவிட்டன. ஊர்மக்கள் கரடிகளைத் துரத்திப் பார்த்தும் எந்தப் பயனும் இல்லாததால் வனத்துறைக்குத் தகவல்

கொடுத்தனர். வனத்துறையினர் விரட்டிப் பார்த்தும் முடியாததால் மயக்க மருந்து உள்ள ஊசியைத் துப்பாக்கியால் சுட்டு கரடிகளை மயக்கிப் பிடித்தனர். இந்தப் போராட்டம் கிட்டத்தட்ட பத்து மணிநேரம் நடந்தது.

இதைக் கேள்விப்பட்டு திருநந்திக்கரைக்கு வந்த ராஜசேகர் கரடிகள் ஏன் இவ்வளவு துரத்தியும் வெளியே போகவில்லை என்று சுற்றிப் பார்த்தார். அப்போது தனியார் வனப்பகுதியில் புதிதாக அமைக்கப்பட்டிருந்த மின்சார வேலி கண்ணில் பட்டது. அந்தத் தோட்டத்தில் சப்போட்டா பழங்கள் நிறைய பழுத்துக் கிடந்தன. அதை சாப்பிட கரடிகள் எப்படியோ உள்ளே வந்துவிட்டது. திரும்பிப் போகும்போது மின்சார வேலிகள் இருந்ததால் வெளியே போக முடியாமல் உள்ளுக்குள்ளேயே சுற்றி வந்தது தெரிந்தது.

வனத்துக்குள் உள்ள தனியார் வனப்பகுதியில் வெளிநபர்கள் யாரும் போய் திருட மாட்டார்கள். அப்படித் திருடினால் அவர்களுக்குக் கைகால்கள் செயலிழந்தோ உடல்நலக்குறைவோ ஏற்பட்டு விடும். தனியார் வன முதலாளிகள் அங்கு வாதைகளைக் காவலுக்கு வைத்திருக்கிறார்கள் என்று மக்களுக்கு ஒரு நம்பிக்கை உண்டு. ஆனால் வனவிலங்குகளுக்கு இதனால் எந்தப் பிரச்னையும் இல்லை. அதனால் தோட்டங்களில் பழங்கள் பழுக்கும்போது அந்த மணத்தில் குரங்குகள், யானைகள், கரடிகள் கூட்டம் கூட்டமாக உள்ளே வந்துவிடும். இதனால் மின்சார வேலிகள் அமைக்க உரிமை இல்லாத போதும் தனியார் வன உரிமையாளர்கள் மின்சார வேலி அமைத்து விடுவார்கள். இந்தக் கரடிகள் விஷயத்தால் அப்படி மின்சார வேலிகள் அமைத்தது தெரிந்துவிட்டது.

முன்பெல்லாம் தனியார் வனத் தோட்டத்துக்குள் காட்டுப் பன்றிகள் உள்ளே இறங்கி சேதப்படுத்தாமல் இருக்க, வெடிமருந்து நிரப்பிய உருண்டையைப் பழங்களுக்குள்ளோ சோற்று உருண்டைகளுக்குள்ளோ அடைத்து, பன்றிகள் வரும் வழியிலும் தோட்டத்தைச் சுற்றியும் வைத்து விடுவார்கள். பன்றியோ மற்ற விலங்குகளோ அதைத் தின்னும்போது வெடி வெடித்து தலை சிதறி இறந்து போகும். அதை வெளியில் தெரியாமல் புதைத்து விடுவார்கள்.

இதையே வேட்டைக்காரர்களும் 'தோட்டப் படக்கு', 'பன்னிவெடி' என்று விலங்குகளை வேட்டையாடப் பயன்படுத்துவார்கள். இந்த வெடி உருண்டைகளை வனத்தில் உள்ள சின்னச் சின்ன நீரோடைகளின் கரையில் வைத்து விடுவார்கள். நீர் அருந்த வரும் காட்டுப் பன்றிகள், மான்கள் உணவாக நினைத்து அதைக் கடிக்கும்போது விலங்குகளின் தாடைப் பகுதி வெடித்துச் சிதறிவிடும். வலி தாங்காமல் அவை நேராக நீர்நிலையில் தன் தாடைகளைத் தாழ்த்திக்கொண்டு நிற்கும். வேட்டைக்காரர்கள் அதனை லாவகமாகப் பிடித்துவிடுவார்கள். இது கேரள வனப்பகுதியில் அதிகம் நடந்து கொண்டிருந்தது. பின்பு குமரி மலையோர வனப்பகுதியிலும் நடக்கத் தொடங்கியது.

தனியார் வனத் தோட்ட முதலாளிகள், தொழிலாளிகள் யாரும் பன்னிவெடி வைக்கக்கூடாது என்று வனத்துறை அதிகாரிகள் கடுமையாக எச்சரித்தனர். அதன்பின்தான் பன்னிவெடிக்கு பதிலாக மின்சார வேலிகளை தனியார் வனத்தோட்ட முதலாளிகள் அமைக்கத் தொடங்கினார்கள்.

ராஜசேகரைத்தான் வனவிலங்குகள் கணக்கெடுக்கும் குழுவினர் வனத்திற்குள் அழைத்துச் செல்வார்கள். யானைகளைக் கணக்கெடுக்கும் பணி நடந்தபோது யாரும் அப்படி நடக்கும் என்று எதிர்பார்க்கவில்லை. வனத்துக்குள் குழுவினர் சென்ற பாதையில் ஒற்றை யானை நின்றிருந்தது. யானைக்கு மோப்ப உணர்வு அதிகம் உண்டு. தனது நுகர்ச்சித் திறனைக் கொண்டு மனிதர்கள் அருகில் இருப்பதைப் புரிந்து கொள்ளும். இயற்கைச் சூழ்நிலையோடு ஒன்றிவிடுவதால் யானை அசைவற்று நின்றது தெரியவில்லை. யானையின் மிக அருகில் வந்து பார்த்தபோதுதான் தெரிந்தது.

ராஜசேகருக்கு யானை நிற்பது தெரிந்துவிட்டது. யானைக்கு தூரத்தில் உள்ளவற்றைத் தெளிவாகப் பார்க்க முடியாது. மனிதனைப் போன்றுதான் பார்க்கும். தன் பார்வையை சரி செய்து ஒரு பொருளைப் பார்க்க யானைக்குச் சற்றுநேரம் பிடிக்கும். ஆனால் யானையின் பெரிய காதுகள் கேட்கும் திறன் அதிகம் கொண்டது. கிடைத்த சில நொடிகளில்

ராம் தங்கம்

ஒவ்வொருவரும் ஒவ்வொரு மரத்தின் பின்னால் சென்று மறைந்து கொண்டனர். ராஜசேகருக்கு யானை யாரையாவது கொன்றுவிடும் என்று தெரிந்தது. யானை பூனை போல ஓசையின்றி பெருத்த கனத்த உடலுடன் மெதுவாக ராஜசேகர் மறைந்திருந்த மரத்தின் அடுத்த மரத்தில் பின்பக்கம் வரத் தொடங்கியது. ராஜசேகர் பக்கவாட்டுப் பார்வை மூலம் யானையைப் பார்த்தார். மரத்தின் பின்னால் ஒளிந்திருப்பவரை யானை கொன்றுவிடும் என்று ராஜசேகருக்குத் தெரிந்தது. யானையின் கவனத்தைத் திசைதிருப்ப ராஜசேகர் ஓட ஆரம்பித்தார்.

'எல்லாரும் சீக்கிரம் வெளிய போங்க' என்று சத்தமிட்டபடியே அவர் ஓடினார். யானை அவரைத் துரத்த ஆரம்பித்தது. யானை துரத்தினால் சமதளப் பாதையில் நேராக ஓடக் கூடாது. சீரான பாதையாக இருந்தால் யானை நாற்பது கிலோமீட்டர் வேகத்தில் ஓடும். அதனால் ஓடுபவரை எளிதாகத் தாக்க முடியும். ராஜசேகர் வளைந்து வளைந்து போகும் ஒற்றையடிப்பாதையில் ஓடினார். அந்தப் பாதையில் யானையால் சரியாக ஓட முடியவில்லை. ஓடாமல் இருக்கவும் முடியவில்லை.

யானையிடம் இருந்து தப்பிக்க ராஜசேகர் மலைச்சரிவில் ஓட முயற்சி செய்தார். தாழ்வான இறங்குமுகமான பாதையில் யானையால் நன்றாக ஓட முடியாது. அதுவே ஏற்றமான பகுதியாக இருந்தால் அது சற்று எளிதாக ஓடிவிடும். தனது தும்பிக்கை மூலம் பாறைகளைப் பிடித்தபடி ஏறிவிடும். அவர் மலைச்சரிவில் கற்பாளங்கள் நிறைந்த சரிவில் ஓடத் தொடங்கினார். மனிதர்கள் போல் யானையால் அதை எளிதில் கடக்க முடியாது. யானையின் பருத்த உடல் கற்பாளங்கள் மீது மோதும் போது அவை நகர்ந்து விடுவதால் யானை தன் சமநிலையை இழந்து விடும். இது யானைக்கு நன்றாகவே தெரியும். அதனால் யானை கற்பாளங்கள் இருந்த பகுதியில் இருந்து விலகி செடிகொடிகள் படர்ந்திருந்த ஒட்டுப்பசையான இடத்திலிருந்து பின்னங் கால்களால் ஊர்ந்து முன்னங்கால்களை நீட்டி சறுக்கியபடி கீழே வந்து தன் உடலை சமநிலைக்கு கொண்டு வந்து ராஜசேகரை மறுபடியும் துரத்த ஆரம்பித்தது. ராஜசேகர் யானையிடம் இருந்து தப்புவதற்கு இன்னும் வேகமாக ஓட ஆரம்பித்தார்.

யானையின் மீது ரத்த காயங்கள் இருந்தன. அந்த யானை இதற்கு சில மணி நேரம் முன்புதான் தனது கூட்டத்தில் உள்ள யானையிடம் சண்டையிட்டுத் தோல்வியடைந்து திரும்பி வந்துள்ளது. அந்த யானைக் கூட்டத்தில் யார் தலைமை ஏற்க வேண்டும் என்று இன்னொரு ஆண் யானையுடன் சண்டையிட்டதில் தோற்றுப்போனது. வெற்றிபெற்ற யானையின் தலைமையை ஏற்காமல் அந்தக் கூட்டத்தில் இருந்து வெளியேறி தனியாகச் சுற்றத் தொடங்கி இருந்தது. வெற்றி பெற்ற யானையின் பின்னால் மற்ற யானைகள் செல்லும்.

ராஜசேகர் தாழ்வாரத்தை அடைந்து ஓடத் தொடங்கியதும் மேலும் ஓட முடியாமல் அதிர்ச்சி அடைந்து நின்றார். துரத்தி வந்த யானை உருண்டு தனியார் வனத் தோட்ட மின்சார வேலியில் விழுந்தது. மின்சாரம் தாக்கியதும் அந்தக் கம்பியிலேயே மீண்டும் விழுந்தது. தும்பிக்கை மூலம் அந்தக் கம்பியைப் பிடித்து மீண்டும் யானை எழும்ப முயற்சி செய்தபோது மீண்டும் மின்சாரம் தாக்கியது. இதனால் எழும்ப முடியாமல் யானை அப்படியே கிடந்தது. மின்சாரத்தை அணைப்பதற்காக ராஜசேகர் அந்த மின்சார வேலியைச் சுற்றி ஓடினார். அப்போது கொஞ்சம் தொலைவில் மின்சார வேலியில் இரண்டு குட்டி யானைகளும், இரண்டு பெரிய யானைகளும் என நான்கு யானைகள் செத்துக் கிடந்தன. அதைப் பார்த்துக் கொண்டே அவர் பேச்சிப்பாறை சோதனைச் சாவடிக்கு வந்து வனப்பாதுகாவலரிடம் தகவல் கொடுத்து மருத்துவக் குழுவை அழைத்து சென்றார்.

ஒரு வனக்காவலர் தனியார் வனத்தின் உரிமையாளரிடம் போய் மின்சாரத்தை அணைக்க சொல்லியதும் மின்சாரம் நிறுத்தப்பட்டது. தனியார் வனத் தோட்டத்திலிருந்த குழாயைக் கொண்டு வந்து தண்ணீரை யானைகளின் மேல் பீச்சி அடித்தனர். நான்கு யானைகளும் எழும்பவில்லை. ராஜசேகரை துரத்தி வந்த யானையின் மீது தண்ணீரை பீச்சி அடித்தபோது அந்த யானையும் இறந்து போனது தெரிந்தது. யானைகள் வலசைக்கு வரும் பாதைகளில் மின்சார வேலியை அமைத்ததுதான் அவற்றின் மரணத்திற்குக் காரணம் என்று தெரிந்தது.

ராம் தங்கம் 47

யானைகளின் மரணம் வனக் காவலர்களுக்கு அதிர்ச்சியாக இருந்தது. மாவட்ட வன அதிகாரிக்குத் தகவல் தெரிந்து அவரும் பத்திரிகைகளுக்குத் தகவல் கொடுத்து வனத்திற்குள் வந்து சேர்ந்தார்.

குளச்சல் தொகுதி எம்.எல்.ஏ நாவலன் தான் வனத்துறை அமைச்சர். அவரும் யானைகள் இறந்த இடத்திற்கு வந்து சேர்ந்தார். அங்கு பெரிய சலசலப்பும் அமளியும் ஏற்பட்டது. தனியார் வன முதலாளியும் வந்து சேர்ந்தார். அப்போது மின்சார வேலி அமைத்ததற்கு வனக்காவலர்கள் தனியார் முதலாளியிடம் வாக்குவாதம் செய்தனர்.

'நா கவர்மெண்ட்ல முறைப்படி பெர்மிஷன் வாங்கித்தான் போட்டிருக்கேன். பாரஸ்ட் டிப்பார்ட்மெண்டுல இருந்து என்.ஓ.சி. கிளியரன்ஸ் வாங்கித்தான் எல்லாமே பண்ணிருக்கேன்' என்று தனியார் வன முதலாளி சொன்னார்.

வனக்காவலர்களுக்கும், தனியார் வன முதலாளிக்கும் வாக்குவாதம் வலுத்தது. வனத்துறை அமைச்சர் இரு பக்கமும் சமாதானம் செய்ய முயற்சி செய்தார்.

'சரி இப்ப என்ன, யான தான செத்துப் போச்சு. மனுசன் சாவலியே' என்றார் அமைச்சர்.

ராஜசேகர் வாக்குவாதத்தை நிறுத்திவிட்டு அமைச்சரைப் பார்த்து 'தேவடியாப்பயல, ஒனக்கு யான செத்தா பரவாயில்ல அப்படித்தான' என்று அவரை அடிக்கப் பாய்ந்தார்.

அமைச்சர் அதிர்ச்சியாகித் திடுக்கிட்டார். ராஜசேகரை அமைச்சரின் காவலுக்கு வந்த போலீஸ்காரர்கள் பிடித்துத் தடுத்தார்கள். ராஜசேகர் கெட்ட வார்த்தைகளைப் பேசியபடியே திமிறிக் கொண்டிருந்தார். வனக்காவலர்கள் ராஜசேகரை சமாதானப்படுத்தி அங்கிருந்து அழைத்துச் சென்றனர். இந்தச் செய்தி பத்திரிகைகளில் வந்தது. மூன்று மாதம் அவர் சஸ்பெண்ட் செய்யப்பட்டார். அதன் பின் ராஜசேகருக்கு அழகியபாண்டியபுரம் வனச்சரகத்தில் வேலை மாற்றல் ஆனது.

அழகியபாண்டியபுரம் வனச்சரகத்தில்தான் அரசு ரப்பர் கழகத்தின் கீழ் நிறைய ரப்பர் தோட்டங்கள் இருக்கின்றன. பால் வடிக்க முடியாத மரங்களை வெட்டிவிட்டு புதிய ரப்பர் கன்றுகளை நடுவார்கள். வெட்டிய ரப்பர் மரங்களை எடுத்துப் போகும் உரிமையை வனத்துறை அமைச்சர் பினாமி மூலம் செய்து வந்தார். வனத்துறை அமைச்சரின் கீழ் அரசு ரப்பர் கழகம் வருவதால் விலை உயர்ந்த மரங்களையும் வெட்டி ரப்பர் தடிகளுக்கிடையே வைத்து வெளியே கொண்டு போய்க் கொண்டிருந்தார்கள்.

இது தொடர்ச்சியாக நடந்துவர, ராஜசேகர் லாரிகளை சோதனை செய்யும்போது லாரி டிரைவர், ‘இது அமைச்சருக்க வண்டி தெரியுமில்ல?’ என்றபடி நிற்காமல் சென்று விட்டான்.

ராஜசேகர் வனத்துக்குள் பார்க்கும்போது ரப்பர் மரங்கள் தவிர வேறு மரங்களும் வெட்டப்பட்டு இருப்பதைக் கண்டுபிடித்தார். பால் வடிக்கும் தொழிலாளிகளிடம் கேட்டபோது ‘நாங்க எதும் சொல்ல முடியாது சார். அவங்க இஷ்டத்துக்கு வெட்டிட்டுப் போறாங்க’ என்று சொன்னார்கள்.

அதன்பின் எந்த லாரி வனத்துக்குள் தடி ஏற்றினாலும், தடுத்து நிறுத்தி சோதனை போட்டு ரப்பர் தடிகளுடன் வேறு மரத்தடிகள் இருந்தால் லாரியை வெளியே போக விடுவதில்லை. இது மாவட்ட வன அதிகாரிக்குத் தெரிய வந்து அவர் ராஜசேகரைத் திட்டி லாரிகளை வெளியே அனுப்பினார். ராஜசேகரால் எதுவும் செய்ய முடியவில்லை.

‘இது எல்லாமே அமைச்சர் கேரா‌ஃப் லாரி. ஏற்கனவே அமைச்சர கெட்ட வார்த்தையில ஏசுனன்னுதான் ஒன்ன சஸ்பெண்ட் பண்ணியிருந்து, இப்ப மறுபடியும் பிரச்னை பண்ணுனா டிஸ்மிஸ் பண்ணிருவாங்க. அட்ஜஸ்ட் பண்ணி வேலைய பாக்கதுக்குக் கத்துக்க’ என்று மாவட்ட வன அதிகாரி நசீம் சொன்னார்.

ராஜசேகர் எதுவும் பேசாமல் சலிப்போடு இருந்தார்.

அரசு ரப்பர் கழகத் தோட்டத் தொழிலாளர்களுக்கு மூன்று வருடமாக சம்பள உயர்வு கிடைக்கவில்லை என்று தொழிலாளர்களிடையே பேச்சு

எழும்பத் தொடங்கியது. இதற்காகத் தொழிலாளர்கள் பலமுறை அதிகாரிகளிடம் கோரிக்கை வைத்தும் எதுவும் நடக்கவில்லை. இதையறிந்த ராஜசேகர் தோட்டத் தொழிலாளர்களிடம் ரகசியமாகப் பேசி 'அமைச்சர் வரும்போ அவரை வெளியே விடாம முற்றுகைப் போராட்டம் நடத்தி ஒங்க சம்பள உயர்வப் பத்திக் கேளுங்க. அவரு வரும்போது நா ஒங்களுக்குத் தகவல் தாரேன்' என்று சொன்னார்.

அரசு ரப்பர் கழக அதிகாரிகளுக்கும் தொழிலாளர்களுக்கும் நடக்கும் பிரச்னை பெரிதாகிப் போகவே அமைச்சர் நாவலன் அங்கு வந்தார். அப்போது தொழிலாளர்கள் எல்லோரும் சேர்ந்து முற்றுகைப் போராட்டம் நடத்தி அவருக்கு எதிராக கோஷங்களை எழுப்பினார்கள். அது பெரும் பரபரப்பை ஏற்படுத்தியது. வனக்காவலர்களும் அமைச்சருக்குப் பாதுகாப்புக்கு வந்த போலீஸ்காரர்களும் தோட்டத் தொழிலாளர்களை அடித்து விரட்டி அமைச்சரை விடுவித்து அனுப்பி வைத்தனர். பிறகு விசாரித்ததில் ராஜசேகர்தான் முற்றுகைப் போராட்டம் நடத்தச் சொல்லி தொழிலாளர்களைத் தூண்டிவிட்டார் என்று மாவட்ட வன அதிகாரிக்குத் தகவல் தெரிந்தது.

'நீ காட்டுக்குள்ள இருந்தாலே பிரச்னைதான். நாளைலருந்து ஒன்ன ஆராம்மொழி செக் போஸ்டுக்கு மாத்திருக்கேன்' என்று ராஜசேகரிடம் மாவட்ட வன அதிகாரி சொன்னார். ராஜசேகர் ஆரல்வாய்மொழியில், நாகர்கோவில் - திருநெல்வேலி நெடுஞ்சாலையில் உள்ள சோதனைச் சாவடியில் வேலை செய்யத் தொடங்கினார். வனத்திற்குள் இருந்து வெளியே வந்தது அவருக்கு மிகுந்த மன உளைச்சலைக் கொடுத்தது. கண்ணுக்குக் குளிர்ச்சியான புல்வெளிகளையும் மரங்களையும் பார்த்துக் கொண்டிருந்த அவருக்கு வெயிலின் வெக்கை உறுத்தலைக் கொடுத்தது. வனத்துக்குள் வாகனங்களின் இரைச்சலையும் புகையையும் பார்க்காத அவருக்கு நெடுஞ்சாலையில் வரிசையாக வந்து கொண்டிருக்கும் வாகனங்களின் புகையும் இரைச்சலும் எரிச்சலை உண்டாக்கியது.

ஆரல்வாய்மொழி சோதனைச் சாவடியில் இருந்து மேற்கே பார்க்கும்போது, அவர் வேலை செய்த மலைகள் தூரத்தில் தெரிந்தன.

அதையே எப்போதும் பார்த்துக் கொண்டிருந்தார். கன்னியாகுமரி மாவட்ட வனத்திலிருந்து மரத்தடிகளை வெளி மாவட்டங்களுக்கு ஏற்றிச் செல்லும் லாரிகள் ஆரல்வாய்மொழி வனச் சோதனைச் சாவடியில் அனுமதி பெற்றுத்தான் செல்ல வேண்டும். அதற்காக மட்டும் லாரிகள் சோதனைச் சாவடி முன் நிற்கும். ஏற்கனவே ராஜசேகருக்கு மரக்கடத்தல் விசயம் தெரிந்ததால் ரப்பர் தடிகளுடன் மறைத்து வைக்கப்பட்டு வருகிற விலையுயர்ந்த மரத்தடிகளைக் கண்டுபிடித்து விடுவார். இதனைத் தடுக்கத் தடி அறுப்பவர்கள் ரப்பர் மரத்துப் பாலை மற்ற மரத்தடிகளில் பூசிவிடுவார்கள்.

ராஜசேகர் மரத்தடிகளைச் சுரண்டி அதனைக் கண்டுபிடித்து விடுவார். இப்படி ஒவ்வொரு லாரியாக ஆரல்வாய்மொழி சோதனைச் சாவடியில் தடுத்து நிறுத்தப்பட்டு பறிமுதல் செய்யப்பட்டது. இப்படியே ஏழு லாரிகள் பிடிக்கப்பட்டது. அந்த லாரிகள் எல்லாமே அமைச்சரின் பினாமி லாரிகள் என்பதால் அரசல்புரசலாக பத்திரிகைகளிலும் 'மரக் கடத்தலில் அமைச்சருக்குத் தொடர்பா?' என்பதுபோல் செய்திகள் வர ஆரம்பித்தன.

ராஜசேகர் ஒரு வருடத்திற்கு முன் ஆரல்வாய்மொழி சோதனைச் சாவடியில் டூட்டி முடித்துவிட்டு பைக்கில் குலசேகரத்தில் உள்ள தன் வீட்டிற்கு தடிக்காரன்கோணம் பகுதி வழியாக இரவு வந்து கொண்டிருந்தார். தனியார் வனத் தோட்டங்கள் அந்தப் பகுதியில் நிறைந்திருந்ததால் வீடுகள் அதிகமில்லை. அதனால் சாலையில் லைட் வெளிச்சம் இருக்காது. ராஜசேகர் வீரப்புலி ஊரைத் தாண்டி சுருளோட்டுக்கு வரும்போது துப்பாக்கியால் மூன்று முறை சுடப்பட்டு, பைக்கில் இருந்து கீழே சரிந்து விழுந்து இறந்து போனார். அதிகாலையில் தான் ராஜசேகர் இறந்து கிடந்தது மற்றவர்களுக்குத் தெரிந்தது.

அப்பாவின் நினைவுகளில் தன்னை மறந்து நின்ற கோபாலுக்கு தன் தலைக்கு மேல் ஏதோ ஊசலாடுவது போன்ற உணர்வு எழவே மேலே பார்த்தான். மரக்கிளையில் சுற்றிப் பிடித்தபடி மலைப்பாம்பு பிணைந்திருந்தது. நெஞ்சு பதறி அவன் பட்டென்று சுதாகரித்துக் கொண்டு அங்கிருந்து வேகமாக ஓட ஆரம்பித்தான். கால்களில் சிக்கி வேகத்தைக்

குறைத்த கொடிகளையும் தாண்டி ஓடும்போது மலைப்பாம்பு கீழே பொத்தென்று விழும் சத்தம் கேட்டது. திரும்பிப் பார்த்தான். அது தன்னை நோக்கி ஊர்ந்து வர ஆரம்பிப்பது போலத் தோன்றவே இன்னும் வேகத்தைக் கூட்டி ஓடினான்.

அப்படி ஓடும்போது அவனது வலது பக்கம் தூரத்தில் ஒரு கடமானை நான்கு செந்நாய்கள் துரத்திக் கொண்டு ஓடின. அதைக் கண்டதும் திகைத்த கோபால், திரும்பித் திரும்பிப் பார்த்தபடி இடது பக்கமாக ஓட ஆரம்பித்தான். சிறிது தூரம் ஓடியதும் ஒரு பாறையில் தட்டுப்பட்டு கீழே விழுந்தான். ஆனால் அந்தப் பாறை நகர ஆரம்பித்ததும் தான் தெரிந்தது அது ஒரு யானை என்று! வேகமாக எழுந்தவன் அதைப் பார்த்தான். யானையின் வலது கண் வீங்கிச் சிவந்து மூடி இருந்தது. ரத்தம் உறைந்து ஈக்கள் மொய்த்துக் கொண்டிருந்தது தெரிந்தது. ஒரு தந்தமும் உடைந்து ரத்தம் வழிந்து உறைந்திருந்தது. அது தலையையும் உடலையும் திருப்பி இடது கண்ணால் அவனைப் பார்க்க முயற்சிக்கவும், அதற்கு வலது கண் தெரியவில்லை என்று புரிந்துகொண்டான்.

யானை துரத்த ஆரம்பிக்கவே அதன் வலது பக்கமாகவே ஓடினான். வேகமாக ஓடும்போது தோளில் கிடந்த பேக்கைக் கழற்றி யானையின் இடதுபக்கமாக வீசினான். அதைப் பார்த்த யானை பேக்கை மிதித்து தும்பிக்கையால் தூக்கி வீசியது. அதற்குள் தப்பிக்க அவன் வேகமாக ஓடினான்.

சற்று தூரத்தில் மான் கூட்டம் ஒன்று மேய்ந்து கொண்டிருந்தது. கோபால் தங்களைத் துரத்துவதாக நினைத்து மான்கள் குதித்து ஓடின. மூச்சு வாங்கவே சற்று நிதானித்த அவன் சுற்றும் முற்றும் பார்த்தான். சற்று தொலைவில் மூங்கில் பரம்புகளாலான காணிப் பழங்குடியினரின் வீடுகள் தெரிந்தன. அதைக் கண்டதும் அதனை நோக்கி ஓடினான்.

அருகில் நெருங்கியதும் சில வீடுகள் களிமண் சுவர்களால் கட்டப்பட்டு இருப்பது தெரிந்தது. அங்கு போவதற்கு ஒற்றையடிப் பாதை இருந்தது. கோபால் அந்தப் பாதையில் நடக்க ஆரம்பித்தான். அவனால் வீடுகள் இருந்த பகுதிக்குள் செல்ல முடியவில்லை. எதுவும் இல்லை என்ற போதும்

அவனால் ஒரு அடிகூட எடுத்து வைக்க முடியவில்லை. தொலைவில் ஒரு முதியவர் உருவம் தெரியவே 'தாத்தா, தாத்தா' என்று கூப்பிட்டான். திரும்பிப் பார்த்த அவர் கோபாலை நோக்கி வர ஆரம்பித்தார். பக்கத்தில் வந்ததும் 'நீ யாரு? என்ன வேணும்?' என்று கேட்டார்.

'நா மோளியடி மலையயும், நந்தியாத்து மூலத்தையும் பாக்க ரெண்டு ஃப்ரெண்ட்சோட வந்தேன். இடையில புலி வந்ததுனால அவங்க ஓடிட்டாங்க. அதுக்குப் பெறவு யானை தொரத்துனதுனால நா இங்க வந்துட்டேன்' என மெதுவாக மூச்சிரைத்தபடி கோபால் சொன்னான்.

அந்த வயதான காணிக்காரர் குட்டையான உடலமைப்பும் கருமையான நிறமும் சுருண்ட தலை மயிரோடும் இருந்தார். வட்டமான முகத்தில் தட்டையான மூக்கு, உரமேறிய உடல் என்று தனிப்பட்டுத் தெரிந்தார். அவர்தான் மூட்டுக்காணி சிரிரங்கன். அந்தக் குடியிருப்புப் பகுதியின் தலைவர். இந்தப் பேச்சுச் சத்தம் கேட்டு மேலும் இரண்டு மூன்று பேர் அங்கு வந்துவிட்டனர்

'ஓய் பிலாத்தி' என்று அவர் ஒருவரை அழைத்தார். அவர் வந்து அருகில் நின்றார். பிலாத்திக் காணி மந்திர வேலைகளும், வைத்தியமும் செய்பவர்.

ஒரு நிமிட இடைவெளிக்கு பின் 'கொஞ்சம் குடிக்கத் தண்ணி வேணும்' என்று கோபால் கேட்டான்.

உடனே பிலாத்திக்காணி வானத்தைப் பார்த்து கைகளைக் குவித்தபடி ஏதோ உச்சரித்தார். பின் 'இப்ப அகத்த வா ' என்று கூப்பிட்டார். இதுவரை போக முடியாமல் இருந்த வழியில் கோபால் நடந்து உள்ளே போனான்.

வெளியாட்கள் யாரும் உள்ளே வந்து விடாதபடி அந்தக் குடியிருப்பைச் சுற்றி மந்திரத்தாலான வேலி அமைத்து இருந்தார்கள். அந்தக் குடியிருப்பின் பெயர் 'காணிப்பத்து'. ஒருவர் ஓரடி உயரமுள்ள மூங்கில் குற்றியில் தண்ணீர் கொண்டு வந்து கொடுத்தார். புல் வாசத்துடன் குளுமையாகத் தொண்டையில் சென்று வயிற்றுக்குள் இறங்கியது.

மூட்டுக் காணியின் வீட்டுக்கு முன்னால் இருந்த முற்றத்தில் மூங்கில் தட்டி ஒன்றைப் போட்டு அவனை உட்காரச் சொன்னார்.

கோபால் தன்னை ஆசுவாசப் படுத்திக் கொண்டான். வன அதிகாரிகள், அரசு அதிகாரிகள் வந்தால் மூட்டுக்காணி வீட்டு முன் இருக்கும் இந்த மூங்கில் தட்டியில் அமர்ந்துதான் பேசுவார்கள்.

மூட்டுக் காணியின் வீட்டில் இரண்டு அறைகள் இருந்தன. மூன்று அடி உயரத்தில் மண் சுவர் அமைத்து அதன்மேல் ஈத்தல் ஓலை கொண்டு வேயப்பட்டிருந்தது. சுவரும் தரையும் சாணத்தால் மெழுகப்பட்டிருந்தது. வீட்டினுள் சமையல் செய்யும் பகுதியும் படுக்கும் பகுதியும் ஒரு குட்டையான இடைச்சுவரால் பிரிக்கப்பட்டிருந்தது. முன்புறம் நீண்ட திண்ணை இருந்தது. வீட்டின் முற்றத்தில் மரத்தினாலான உரல் கிடந்தது. அந்த உரலில் பூ வேலைப்பாடுகள் செய்யப்பட்டிருந்தது. அங்கிருந்த மாமரத்தில் ஏறுமாடம் இருந்தது. அதிலிருந்து ஒரு சிறுவன் கீழே பார்த்துக் கொண்டிருந்தான்.

பெண்கள் முண்டும் செம்பரும் அணிந்து ஒரு துணியால் உடலின் மேல்பாகத்தை மூடி இருந்தார்கள். ஆண்கள் முண்டு மட்டும் உடுத்திருந்தனர். அந்தக் குடியிருப்பில் இருபது வீடுகள் இருக்கும். பல வீடுகள் ஈர்த்த ஓலையும், புல்லும் கொண்டு வேயப்பட்ட கூரைகளுடன் சதுர வடிவிலும் நீள் சதுர வடிவிலும் ஆறு தூங்கால்களைக் கொண்டு கட்டப்பட்டிருந்தன. சில குடில்களை கூந்தப் பனையோலையையும், தென்னை ஓலையையும் இணைத்துக் கட்டியிருந்தார்கள். குடில்களுக்குச் சன்னல்கள் இல்லை. ஒரு வாசல்தான் இருந்தது. சில வீடுகளில் சுவருக்குப் பதிலாக மூங்கில்களைப் பிளந்து தட்டிகளாகச் செய்து அடைத்து இருந்தார்கள். கதவும் மூங்கில் துண்டுகளால் செய்யப்பட்டிருந்தது.

அங்கு சுற்றிக் கொண்டிருந்த நாய் ஒன்று உறுமியபடியே கோபாலிடம் வந்தது. 'செம்பி, அஞ்ச போ' என்று மூட்டுக்காணி சொன்னதும் கோபாலின் காலை முகர்ந்து பார்த்துவிட்டு தள்ளிச் சென்றது. காணிக்கார ஆண்கள் கைகளிலும் மார்பிலும், பெண்கள் கைகளிலும் பச்சைக் குத்தி இருந்தார்கள்.

மூட்டுக் காணியின் வீட்டுத் திண்ணையில் மரச்சீனி கிழங்கு, சேம்பு, சேனை, திணை, சீனிக்கிழங்கு, சிறுகிழங்கு கிடந்தது. ஒரு வாழைக் குலை சாய்த்து வைக்கப்பட்டு அதன் அருகில் ஒரு பெரிய பலாப்பழமும் இருந்தது.

ஒருவர் மூட்டுக்காணியிடம் 'ஆளிப் பனையிலேண்டு கள்ளு எடுத்துண்டு வரேன்' என்று சொல்லிவிட்டுப் போனார்.

கோபால் தனது செல்போனில் மணி எத்தனை என்று பார்த்தான். சில காணிப் பெண்கள் வீட்டிற்கு வெளியே உள்ள அடுப்பில் சமையல் செய்து கொண்டு இருந்தார்கள். கூகையின் அலறல் சத்தம் கேட்டது. உடனே சிலர் அடுப்பில் கொஞ்சம் உப்பை அள்ளிப் போட்டனர். மற்றவர்கள் கொள்ளிக்கட்டையை அடுப்பில் நிறுத்தினார்கள்.

அங்குள்ள மரங்களில் கட்டப்பட்டிருந்த மாடுகளின் கழுத்திலும், நாய்களின் கழுத்திலும் சிரட்டை தொங்கிக் கொண்டிருந்தது. அதனால் விலங்குகளுக்கு நோய் வராது என்பது அவர்களது நம்பிக்கை.

வெளியிலிருந்து மூன்று காணிக்காரர்கள் உள்ளே வந்தனர். அவர்களைப் பார்த்து மூட்டுக்காணி, 'துக்குத்தி உண்டா'? என்று கேட்டார். அவர்கள் கையில் இருந்த மூங்கில் குற்றியை உயர்த்திக் காட்டி 'உண்டு' என்று சொன்னார்கள். அதில் ஒருவன் கையில் இருந்த மூங்கில் குற்றியின் அடைப்பைத் திறந்து, மூட்டுக்காணியின் அருகில் வந்தான். மூட்டுக்காணி உள்ளங்கையைக் குவித்தப்படி அவனிடம் நீட்டியதும், அதில் இருந்ததை அவன் ஊற்றினான். அதனை நாக்கால் நக்கியபடியே 'தூக்கந்தேன் கொள்ளாம்' என்றார். அவன் பிலாத்திக் காணிக்கும் ஊற்றிக் கொடுத்தான். கோபாலுக்கும் கொடுக்க மூட்டுக்காணி சொன்னார். கோபால் கையில் வாங்கி அதை நக்கினான். தேனை எடுக்கச் சென்று வந்தவர்கள் உடலில் சன்னங் கிழங்கை அரைத்து பூசி இருந்தார்கள்.

காணிக்காரர்களின் வீட்டிலிருந்த பாய், பெட்டி, முறம், கூடை, மீன் பிடிக்கும் கூடு எல்லாம் மூங்கில், சூரல், ஈர்த்தை, ஆளிப்பனையின் ஓலையால் செய்யப்பட்டிருந்தன. வீடுகளைச் சுற்றி இஞ்சி, மஞ்சள் கத்தரிச்

செடிகள் வளர்ந்து நின்றன. மரங்களில் நல்லமிளகு, வெற்றிலைக் கொடிகள் படர்ந்திருந்தன.

காணிக்காரர்கள் தாய்வழிச் சமூக அமைப்பு கொண்டவர்கள். மூட்டுக்காணியாக இருப்பவர் இறந்துவிட்டால் இறந்தவரின் சகோதரி மகன்களில் மூத்தவர் அடுத்த மூட்டுக்காணியாக வருவார். காணிக்காரர்கள் மூட்டுக்காணியின் முடிவுக்கு கட்டுப்படுவார்கள். அவரின் வாக்கை தெய்வ வாக்காக மதிப்பார்கள்.

மூட்டுக்காணியின் வீட்டுக்கு அடுத்திருந்த பாட்டப்புரை ஈச்ச ஓலையால் வேயப்பட்டிருந்தது. மறுநாள் என்ன வேலை செய்ய வேண்டும் என்றும், கொடுதிச்சடங்கு நடப்பதையும் அங்கு வைத்துதான் மூட்டுக்காணி சொல்வார். தரையில் பிரம்பு, இலவங்கப்பட்டை, கருவப்பட்டை, ஈர்த்தல், காட்டு நல்லமிளகு, நெல்லிக்காய் பரவிக் கிடந்தன.

மூட்டுக்காணியின் அடுத்த வீட்டுத் திண்ணையில் இருந்த ஒருவர் மூங்கில் குருத்து, பேழ் மரப்பட்டை, துவாரம் இலையைச் சேர்த்து இடித்து கொதிக்கவைத்து பல் வலிக்காக ஆவி பிடித்துக் கொண்டிருந்தார். மூட்டுக்காணியின் வீட்டின் முன்னால் இடதுபுறத்தில் இலை தழைகளால் அலங்கரிக்கப்பட்ட குடில் ஒன்று இருந்தது. அதில் கல் களிமண் கொண்டு தெய்வங்களை உருவாக்கி வைத்திருந்தனர். குடிலின் முன் ஏழு வாழை இலையில் நெல், சோறு, இளநீர், மூங்கில் குற்றியில் கள், வெற்றிலை, பழம், பூ படைத்து வைத்திருந்தனர். மழை கொடுதிச் சடங்கு முடிந்திருந்ததற்கான அறிகுறி அதில் தெரிந்தது. மூட்டுக்காணியின் மனைவி உம்மினி, சின்னச்சின்ன மூங்கில் குற்றியில் சர்க்கரை இடாத தேயிலை நீரைக் கொண்டுவந்து கொடுத்தாள்.

அதை வாங்கி எல்லோரும் குடித்தனர். சர்க்கரை இல்லாததால் கோபால் முகத்தைச் சுளித்தபடி குடிக்கத் தொடங்கினான். மறுபடியும் உள்ளே சென்ற உம்மினி, மூங்கில் முறத்தில் தேக்கிலைகளை விரித்து அதில் அவித்த மரச்சீனிக்கிழங்குத் துண்டுகளை வைத்துக் கொண்டு வந்தாள்.

மூட்டுக்காணி 'எல்லாரும் எடுங்கா' என்று சொன்னார்.

கோபாலும் ஒரு துண்டை எடுத்தான். உம்மினி பிரண்டைக்காய், சளங்காயின் கட்டியான தோல் பகுதியை நீக்கி சிறுசிறு துண்டுகளாக வெட்டி தண்ணீரில் ஊற வைத்தாள்.

மூட்டுக்காணி தேயிலை நீரைக் குடித்துவிட்டு மூங்கில் குற்றியைக் கீழே வைத்தார். கோபாலும் கீழே வைத்தான்.

தோளில் கிடந்த துண்டை எடுத்து வாயைத் துடைத்துவிட்டு 'ஒனக்க பேரென்ன?' என்று கோபாலிடம் கேட்டார்.

'கோபால்'

'ஒனக்கு என்னத்துக்கு நந்தி மூலத்தைப் பார்க்கணும்?'

'மோளியடி மலையிலேருந்துதான் நந்தியாறு வருதுன்னு சொன்னாங்க. அதான் அந்த ஆறு பிரசவிக்க எடத்தைப் பாக்கணும்னு வந்தோம்'

'வனத்துக்குள்ள சப்புசவரு கிடக்கேதுல எப்படி ஏறிவந்த?'

'எங்க அப்பா காட்டப் பத்தி நிறைய சொல்லியிருக்காரு. புல்வெளி வட்ட மலையில இருக்க வன தெய்வத்தைக் கும்பிட்டா வனத்துல எந்தப் பிரச்னையும் இருக்காதுன்னு அவரு சொல்லி இருக்காரு. நானும் அங்க கும்பிட்டுட்டு வந்தேன்'

'இஞ்ச நெறைய மாடனும், லட்சியும் கெடக்கணுமே?'

'ஆமா 108 வன தெய்வம் உண்டுமுன்னு அப்பா சொல்லிருக்காரு'

'ஒனக்க மூப்புலுக்கு காட்டப்பத்தி எல்லாம் அறியுமா?'

'ஆமா தெரியும். அப்பா ஃபாரஸ்ட்லதான் வேல பாத்தாரு'

'ஓ... அப்புடியா? ஒனக்க மூப்புலுக்க பேரென்ன?'

‘ ராஜசேகர்’

மூட்டுக்காணி திடுக்கிட்டு எழுந்து கண்கள் அகல கோபாலைப் பார்த்து ஆள்காட்டி விரலை நீட்டி,

‘ஆன ராஜசேகரா?’ என்று கேட்டார் ?

அந்தப் பெயரைக் கேட்டதும் பிலாத்திக்காணியும் மற்ற காணிகளும் எழுந்து நின்றார்கள்.

தன்னைச் சுற்றி எல்லோரும் எழும்பி நிற்பதைப் பார்த்த கோபாலும் அதிர்ச்சியோடு எழும்பினான்.

‘ராஜசேகர்தான்’

‘கொலேறம் ராஜசேகர்தான. தோக்குல வெடி வெச்சி கொன்னுனும் இல்லியா... அவருதான?’

‘ஆமா... அவருதான் எங்கப்பா’

‘ஆன ராஜசேகர சாருக்க பயதானா நீ?’ என்று கேட்டதும் கோபால் கொஞ்சம் அதிர்ச்சியோடும் ஆச்சரியத்தோடும் மூட்டுக்காணியைப் பார்த்தான்.

மூட்டுக்காணி ‘ஆன ராஜசேகர சாருக்க மோன் வந்திருக்கியான்’ என்று உரத்தச் சத்தமாக சொன்னார். அந்தச் சத்தம் காணிப்பத்தில் உள்ள எல்லா வீட்டுக்கும் கேட்டது. எல்லோரும் செய்து கொண்டிருந்த வேலைகளை அப்படி அப்படியே போட்டுவிட்டு மூட்டுக்காணி நின்ற இடத்திற்கு வந்தார்கள். நாய்களும் குரைத்தபடியே அவர்கள் பின்னால் ஓடி வந்தன.

கோபாலுக்கு அதிர்ச்சியோடு பயமும் சேர்ந்து கொண்டது. மூட்டுக்காணியிடம் மெதுவாக ‘ஒண்ணுக்குப் போணும்’ என்று சொன்னான்.

அங்கு நின்ற முருகன் காணியிடம் ‘இவனுக்கு அந்த மூத்திரப் பெறையக் காட்டு’ என்று சொன்னார். கோபால் முருகன் காணியின்

பின்னால் சென்றான். அங்கு வரிசையாக ஆண்களுக்கு இரண்டு, பெண்களுக்கு இரண்டு என நான்கு கழிவறைகள் இருந்தன. உள்ளே இருந்த கழிவறையில் மூத்திரம் பெய்து, சிமெண்ட் தொட்டித் தண்ணீரை அதிலிருந்த மூங்கில் குற்றியால் எடுத்து ஊற்றிவிட்டு கால்களையும் கழுவிக்கொண்டு வெளியே வந்தான். அந்த மலையில் கழிவறை இருந்தது அவனுக்கு ஆச்சரியமாக இருந்தது.

கோபால் திரும்பி மூட்டுக்காணியிடம் வரும்போது எல்லோரும் பேசிக் கொண்டிருந்தார்கள். அவன் வந்ததும் எல்லோரும் அவனையே பார்த்துக் கொண்டிருந்தார்கள். மூட்டுக்காணி அவனைப் பார்த்துச் சிரித்துவிட்டு உட்காரச் சொன்னார். மற்றவர்கள் அப்படியே தரையில் உட்கார்ந்தனர். மூட்டுக்காணி மூங்கில் தட்டியில் உட்கார்ந்தார். எல்லோரும் கோபாலைப் பார்த்து கொண்டிருக்க,

'எங்க அப்பாவ ஒங்களுக்குத் தெரியுமா?' என்று மூட்டுக்காணியிடம் கேட்டான்.

'ஓ, ஆன ராஜசேகர சார அறிஞ்சிடாத காணி இஞ்ச இல்ல. நல்ல தங்கம் புடிச்ச மனுசன்' என்று மூட்டுக்காணி சொன்னார்.

'ரேஞ்ச் ஆபிசர்லே ஈவு, இரக்கம் உள்ள மனுசன் அவருதான்' என்று மூட்டுக்காணியின் மனைவி உம்மினி சொன்னாள்.

'காணியும் காலணா சர்க்கார் பைசாவும் வேண்டனும்ன்னு நெனைச்சது அவருதான்' என்று அர்ச்சுனன் காணி சொன்னான்.

இப்படி அவர்கள் சொல்லிக் கொண்டிருக்க, கோபாலின் முகத்தில் இருந்த அதிர்ச்சி கொஞ்சம் கொஞ்சமாக விலகித் தன்னிலைக்குத் திரும்பிக் கொண்டிருந்தான். தன் அப்பாவைப் பற்றி அவர்கள் பெருமையாகச் சொல்லச் சொல்ல அவனுக்கு மனதுக்குள் சந்தோஷமும் பெருமையுமாக இருந்தது.

மூட்டுக்காணி, 'ராஜசேகர சாரு செத்துப்போனத அம்மையாண எஞ்சளுக்கு நம்ப முடியல. அத அறிஞ்சப்போம் நாங்க எல்லாம் நல்லாக்

கரைஞ்சோம். அவரு உண்மையில செத்துருக்க மாட்டாரு. அவருக்க பிராணம் இஞ்ச வனத்திலதான் கெறங்கிட்டிருக்கும்' என்று பெருமூச்சு விட்டபடியே சொன்னார். எல்லோர் முகத்திலும் சோகம் தெரியத் தொடங்கியது.

'ராஜசேகர சார் இந்த செக்சன்ல ஒலி பாக்கயில, ராத்திரி இந்த பாட்டைப்புரையில தான் ஒறங்குவாரு' என்று பிலாத்திக்காணி சொன்னார்.

'நாங்க என்னத்தக் குடுத்தாலும் வேண்டான்னு சொல்லாத வாண்டி திண்ணுவாரு' என்று மூட்டுக்காணியின் மனைவி சொன்னாள்.

'சாருக்கு வேண்டி கட்டியதான் இந்தெ ஏறுமாடம்' என்று மாமரத்தின் மேலிருந்த பரண் குடிலை மூட்டுக்காணி காண்பித்தார்.

கோபால் அதை அண்ணாந்து பார்த்தான்.

'ராஜசேகர சாரு மனியன்னிட்டயும், மிருகங்ககிட்டயும் ஸ்நேகமா பழகுவனும். வனத்தில யாரெங்கிலும் வேட்டையாடிச்செங்கிலும் சரி, மரத்துல கைய வச்செங்கிலும் சரி அடிச்சி வெளுத்துருவுனும். மிந்தி உள்ள ரேஞ்சர்மாருவல்லாம் நாங்க வனத்தில சுள்ளி பொறக்கப் போவயில, கையில வெட்டோத்தி ஆக்கோத்தி வச்சிருக்கத கண்டானுவளெங்கி வாண்டி பறிச்சிண்டு போயிருவானுவ. கடைசில எங்ககிட்டயே சக்கரத்த வாண்டிண்டு அத விப்பானுவ. இல்லேங்கி கொலேறத்துல ஏதெங்கிலும் கடையில கொண்டு குடுத்து சக்கரத்த வாண்டிண்டு போவானுவ'

ஆனா, ராஜசேகர சாரு அங்ஙன ஒண்ணும் இல்ல. எந்த செக்சன்ல வந்தெங்கிலும், மொதல்ல அங்க உள்ள காணிக்குடிக்குப் போயி விசாரிச்சி அந்த மக்ககிட்ட ஸ்நேகமா பேசிண்டு அவியளுக்கு என்னதெங்கிலும் கஷ்டம் உண்டோன்னு கேப்புனும். அப்படி ஏதெங்கிலும் இருக்கெங்கி தீத்து வைப்புனும். காட்டுல சீதோசணம் மாறிண்டே இருக்கும். எப்ப மழைவரும்ணும், எப்ப வெள்ளம் வருமுணும் இஞ்ச உள்ள காட்டுல என்னல்லாம் மிருகங்க இருக்கும்ணும் அதுகத் கிட்டயிருந்து எப்புடி தப்பிச்சலாம்னு நல்லா தெரியும்.

சாரு எந்த காணிக்காரிச்சியையும் தெற்றா நெனைச்சதுமில்ல. மிந்தியெல்லாம் ராத்திரி நாங்க தூரைக்கி வெளிய போனா ஏதெங்கிலும் சப்புசவரு எங்கள கடிச்சிரும். அதெ அறிஞ்சி இஞ்சோட உள்ள எல்லாக் காணிக்குடிக்கும், அறிஞ்சவங்ககிட்ட பணத்த வேண்டி கையிலண்டி இட்டு எங்களுக்கு நாலுநாலு கக்கூச வெச்சித் தந்துனும்.

காட்டுல வெட்ட வெளியில போன எங்களுக்கு ஆத்தியம் நாணமாயிட்டும் கஷ்டமாயிட்டும் இருந்து. பொறவு போவப் போவ பழவுடுச்சி. காணிக்கு படிப்பறிவே இப்பதான் கெடச்சி. ஆனா அதுக்க மிந்தியே சர்க்கார் பழங்குடி கோட்டா போட்டுருக்கணும், அதே எங்களுக்கு இருவத்தஞ்சி கொல்லம் கழிச்சிதான் தெரிஞ்சிது. என்னென்ன ஓலிக்கிப் போவலாம்னு ராஜசேகர சார் சொன்ன பொறவுதான் எங்களுக்கே தெரிஞ்சிது. இப்ப இஞ்சருக்க ரெண்டுவேரு ரேஞ்சர் ஓலிக்கி போயாச்சி.

அன்னா இருக்கியாளே சரஸ்வதி அவ மாத்திரமலை அரைகிளாஸ்ல ஓலிக்கிப் போறா. அரைக்கிளாஸ் வேலை பழங்குடி கோட்டால நாலஞ்சு கிலோமீட்டருக்குள்ள இருக்கணும். இஞ்ச மலையே ஏழு கிலோமீட்டர் நடந்துதான் போணும். இதுல எங்கோடி ஓலிக்கி போவ முடியும்?. அது கொண்டு அங்குனங்குன மலையத் தொட்டுருக்க காணிக்குடி ஒண்ணு ரெண்டு பேருக்கு ராஜசேகர சாரு ஓலிக்கி முயற்சி பண்ணி வாண்டிக் கொடுத்தனம்.

மிந்தியெல்லாம் எங்களுக்கு கிருஷிதான் ஓலி. கொல்லந் தோறும் புதுக்காடு வெட்டி கிருஷி பண்ணுவோம். ஒரே எடத்துல கிருஷி பண்ணுனா நாங்க மருந்து போடாததுனால மண்ணுக்கு சத்து கொறஞ்சி போவும். விளைஞ்சதுல மிருகங்க தின்னது போவ மீதி எங்களுக்குக் கெடைக்கும். வனப் பாதுகாப்பு சட்டம் வந்த பொறவு புதுக்காடு வெட்டி கிருஷி பண்ண முடியல.

சர்க்காரும் தனியார் மொதலாளிகளுக்கு வனத்தைக் கொடுத்திருக்குனும். அவனுவளும் ரப்பர், கிராம்பு, மிளவு, ஏலக்காய்

தோட்டம் போட்டானுவ. நாங்களும் புதுக்காடு வெட்டி கிருஷி பண்ண முடியாததுனால இஞ்சோண்டு முறுக்கான், மிளவு, இஞ்சி, மஞ்ச, மரிச்சீனின்னு கிருஷி பண்ணுவம். சர்க்காரு தென்னையும் ரப்பரும் தர வருனும். மலையில என்ன வேணுமோ அதையில்லா நட முடியும். சர்க்காரு தாரியதையும் வேண்டியதுக்குச் சக்கரம் வேணும் அதுயான் இல்ல. இப்ப ரப்பர் பால் வெட்டியும் சின்ன சின்ன கிருஷி செய்தும் காலத்த ஓட்டியோம்.

ராஜசேகர சார் இருந்திருந்தெங்கி நெறைய ஒதவி கிட்டிருக்கும். இப்போ, எப்போ எங்கள வனத்திலருந்து அடிச்சி வெரட்டலாம்னு பாக்குவுனும்' என்று மூட்டுக்காணி சொன்னார்.

கோபால் தன் அப்பா தங்களோடு அதிக நேரம் இல்லாமல் இந்த வனத்தோடு இருந்த பொழுதுகளை நினைத்துக்கொண்டான். வனத்தில் அப்பாவை நேசிக்க இவ்வளவு மக்கள் இருப்பதைக் கண்டு அவன் மனதுக்குள் சந்தோஷப்பட்டான்.

'ஆமா, அப்பாவ ஏன் ஆன ராஜசேகர்னு சொல்லுறீங்க?' என்று கேட்டான்.

ராஜசேகர சாருக்கு ஆனன்னா ரெம்ப இஷ்டம். ஆனயப் பாத்தா போதும் துள்ளிச் சாடுவாரு. ஆனக் குட்டியோட வனத்துல அவரு ஓடி சாடி வெளயாடியத தள்ள ஆனயே ரெசிச்சும். எந்த ஆனக்கி எப்போம் மதநீர் வடியும்னும் அவருக்குத் தெரியும். எல்லாத்துக்கும் அவரிண்ட எழுத்து உண்டு. காணிக்குடிக்க அடுத்து ஏதெங்கிலும் ஆனக்கி மதநீர் வடிஞ்சா, ஒடனே காணிக்குடிக்கி விசயத்தச் சொல்லிருவாரு. நாங்களும் பாத்துண்டே இருப்போம்.

ஒருக்கா, ஆறுகாணி மலையில வெளியாளுவ சாராயம் வடிச்சத ரேஞ்சர்மாருவ கண்டுபுடிச்சி எடுத்துண்டு போனாவ. அப்ப ராஜசேகர சார் அந்த களியல் செக்சன்லதான் இருந்தாரு. சாராய பேரல எடுத்து அங்கிருந்த ரேஞ்சர் ஆபீஸ்க்க பின்னாடி உள்ள பெறையில வச்சிருக்காங்க. வெச்சோண்டு களியல் செக்சனுக்குத் தகவல் கொடுக்கதுக்கும், வேற யாரெங்கிலும் வனத்துக்குள்ள கெறங்கிண்டு

கெடக்கானுவளான்னு பாக்கப் போயிருக்குனும். அப்ப அங்கின வந்த ஆன தண்ணின்னு சாராயத்த உறிஞ்சி குடிச்சிட்டு சிக்குல அடுத்திருந்த கிருஷி தோட்டத்துல எறங்கி அழிச்சிருச்சி.

தகவல ரேஞ்சர்மாரும், காடமாரும், அறிஞ்சதும், ஆனய அடக்க முடியாதுன்னு தெரிஞ்சது. ஆன வெள்ளம் சிக்குல இருக்குதுன்னு ராஜசேகர சாரு தான் கண்டுபுடிச்சினும். நாங்க அப்ப ஆறுகாணி இல்லத்துல பெண் எடுக்கப் போயிருந்தோம். நாங்களும் அந்த சிக்கு ஆனயப் பாத்தோம்.

ஆன, அங்கோடி இங்கோடி போவத காடமாருவ நின்று பாத்துண்டு இருந்தானுவ. ஆன கிட்ட ராஜசேகர சாருக்கு ஒரு தந்திரம் உண்டு. எப்பேர்ப்பட்ட ஆனக் கிட்டேண்டும் அவரு தப்பிப்புனும். ஆனக்கி மனியன்ட்ட சண்டயிட்டு சண்டயிட்டு பழவிச்சி. கடசில அந்த ஆன அங்கினருந்த பிலாவு மூட்டில சிக்கு தீரதுவர கிடந்துட்டு எழும்பி போச்சி.

காணிக்குடில புருத்தி சக்கையோ, சக்கையோ நின்னெங்கி அரவிளைச்சல்லயே ராஜசேகர் சார் பறிக்கச் சொல்லுவுனும். ஆனக்கி சக்கையும் புருத்தி சக்கையும் நல்லாப் புடிச்சும். அதுகொண்டு காணிக்குடிக்க எறங்கும். இப்ப தனியார் வன மொதலாளிமாரே சக்கையும் புருத்தி சக்கையும்தான் போடுகானுவ. அது பழுத்து வரும்ப அதுக்க மணத்துல ஆன போவும். தோட்டத்தச் சுத்தி முள்ளுகம்பில கரண்டு குடுத்து வெச்சிருக்கானுவ. அதுல தொட்டு ஆனய சாவுது. இவ்ளோ பெரிய ஆனயக் கொல்ல இவனுவளுக்கு எப்புடித்தான் மனசு வருதோ அறியப்பாடுல்ல' என்றான் மூட்டுக்காணி சொன்னார்.

'இப்ப ஆன மட்டுமில்ல கரடி, மந்தி, காட்டுப்பன்னின்னு எல்லாத்தையுமில்ல சாவடிக்குனும். எங்கள வேட்டையாடக்கூடாதுன்னு சொன்ன சர்க்காரு, இப்படி கரண்ட் கம்பி வச்சி மிருகங்களக் கொல்லியத கேக்கலியே' என்று பிலாத்திக்காணி சொன்னார்.

'இந்த கரண்ட் கம்பி எடவாடுலதான் ராஜசேகர சாருக்கும் தனியார் மொதலாளிமாருவளுக்கும் நெறைய தகராறு வரும். ஒருக்கா நாலஞ்சு

ஆனய செத்துப் போனதுல மந்திரியயே ராஜசேகர சார் சீத்த விளிச்சிருக்காரு. அதுக்கப் பொறவு இஞ்சேண்டு மாத்தி அழயபாண்டிபுரம் செக்சன்ல போடும்போ பிரச்சினையாவி ஆறாம்போலி செக்போஸ்டில போட்டானுவ. அங்க ஓலி பாத்துட்டு இருக்கும்போதுதான் அவரு செத்துட்டாருன்னு நாங்க அறிஞ்சோம். எங்களால நம்ப முடியல. அவரு இருக்கியது வர காட்டுல ஒரு பய வேட்டையாட முடியாது. அவரயும் காட்டில வேட்டையாட முடியல. அது கொண்டுதான் அவர வெளியக் கொண்டுபோய் வேட்டையாடிட்டானுவ' என்று சொல்லும்போது மூட்டுக்காணியின் கண்களில் நீர் வடியத் தொடங்கியது. துண்டால் அதைத் துடைத்துக் கொண்டார்.

கோபாலின் கண்களும் நிறைந்திருந்தது. கூடியிருந்தவர்கள் முகத்திலும் சோக ரேகைகள் படர்ந்திருந்தது. மெதுவாக ஒவ்வொருவராக எழும்பி, கோபாலைப் பார்த்துச் சிரித்துவிட்டுக் கடந்து போகத் தொடங்கினார்கள். மூட்டுக்காணியும், பிலாத்திக்காணியும் மட்டும் அப்படியே இருந்தார்கள்.

'இனி இப்போம் இஞ்சேண்டு வெளியப் போவ முடியாது. அப்படிப் போனெங்கிலும் ஒருமலை ஏறி எறங்கதுக்குள்ள இருட்டிரும். நந்தியாத்து மூலத்தையும் போயிக் காண ஒக்காது. இன்னு ராத்திரி இஞ்சயே கெடந்துக்க. காலத்த நந்தியாத்து மூலத்தயும் போயி கண்டுட்டு வனத்த விட்டு எறங்கலாம். நானும் பிலாத்தியும் ஒனக்கக் கூட வாரோம்' என்று மூட்டுக்காணி சொன்னார்.

கோபால் சுற்றிச்சுற்றி காணிக்குடி வீடுகளைப் பார்த்தபடியே இருந்தான். வனத்துக்குள் உள்ள அமைதியான சின்ன கிராமம். இயற்கையைக் கெடுக்காத மனிதர்கள். தன் அப்பாவைப் பெரிதும் நேசிக்கும் பழங்குடிகள் என ஒவ்வொன்றாக அவன் மனதை நிரப்பிக் கொண்டிருந்தன.

மூட்டுக்காணியிடம் 'இந்த ஏறுமாடத்தில ஏறலாமா?' என்று கோபால் கேட்டான்.

‘இதெல்லாம் கேக்கணுமா, தைரியமா ஏறிக்க. காணிக்குடிக்குள்ள எங்க வேணுமெங்கி பெய்க்க. எல்லாரும் ஒன்ன கண்டாச்சி. அதுனால பிரச்னை இல்ல’ என்று மூட்டுக்காணி சொன்னார்.

கோபால் ஏறுமாடத்தில் ஏறினான். அங்கு ஒரு சிறுவன் பாடப் புத்தகத்தை வைத்துப் படித்துக் கொண்டிருந்தான். அவனிடம் கோபால் ‘நீ என்ன படிக்கிற?’ என்று கேட்டான்.

‘அஞ்சாங் கிளாஸ்’

‘பள்ளிக்கூடம் எங்கருக்கு?’

‘மணலோடை பழங்குடி உண்டு உறைவிடப் பள்ளி’

‘ஓ...’ என்று சொல்லிவிட்டு அங்கிருந்து வெளியே பார்த்தான். உயரமாக வளர்ந்திருந்த மரங்கள் அதைத் தொட இறங்கி வருவது போன்ற மேகங்களின் காட்சி என அழகாக இருந்தது. மேலிருந்து கீழே பார்த்தான். மூட்டுக்காணியும் பிலாத்திக்காணியும் தங்களுக்குள் பேசிக்கொண்டு வேலை பார்த்தனர். மூட்டுக்காணியின் வீட்டின் அடுத்திருந்த வீட்டுத் திண்ணையில் இருந்த பெண் தேனடையைப் பிரித்து, சல்லடையில் அரித்து, மூங்கில் குற்றியில் அடைத்துக் கொண்டிருந்தாள். மேலிருந்து பார்க்கும்போது காணிக்குடியிருப்பு முழுவதும் பார்க்க முடிந்தது. வெளியாட்கள் வேறு யார் வந்தாலும் தெரிகிற வகையில் இருந்தது.

பிலாத்திக் காணியின் மனைவி வாதமடக்கி இலை, புளி இலை, தென்னங்குரும்பல் சேர்த்து நீரில் போட்டு வேவுவெள்ளம் காய்த்துக் கொண்டிருந்தாள். கொதித்ததும் பிலாத்திக்காணியை வேவுவெள்ளம் குளிக்கக் கூப்பிட்டாள். குளிர் அதிகமாக இருக்கும்போது வாதம் வராமல் இருக்க வேவுவெள்ளத்தில் குளிப்பார்கள், ஒத்தடம் கொடுப்பார்கள்.

கோபால் ஏறுமாடத்தில் இருந்து கீழே வந்தான். அப்போது கரையான் புற்றில் இருந்து எடுக்கப்பட்ட மனைக்கரையானை நீர்ப்பிடிப்புப்

பகுதிகளில் தூவி, பிடிக்கப்பட்ட மீன்களை நான்குபேர் கொண்டு வந்தார்கள். அவர்கள் கையில் கோலிலான தூண்டில்களும், எறி தூண்டில்களும், மூங்கில் கூடும் இருந்தன. அவர்கள் மூட்டுக்காணியைப் பார்த்துச் சிரித்துவிட்டு கடந்து சென்றனர். ஆளிப் பனையில் இருந்து கள்ளை எடுக்கப் போனவர்களும் வந்து சேர்ந்தார்கள்.

அப்போது நான்கு வீடு தள்ளியிருந்த வீட்டிலிருந்து ஓடி வந்த பெண் மூட்டுக்காணியிடம் 'பார்வதி திரண்டுட்டா' என்று சொன்னாள்.

உடனே மூட்டுக்காணி, விளிகாணியைக் கூப்பிட்டு காணிக்குடியில் உள்ள எல்லோருக்கும் பார்வதி பூப்படைந்த செய்தியைச் சொல்லச் சொன்னார். பருவமடைந்த பெண் குளிப்பதற்கு ஆமணக்குச் செடியின் தண்டுகளை வெட்டிப் பந்தல் அமைத்து அதன்மீது பில்லாணி மரத்தின் இலையைப் பரப்பினார்கள். பருவம் அடைந்த பெண்ணின் அம்மா முற்றத்தில் கிடந்த உரலில் நெல்லை குத்தத் தொடங்கினாள். காணிப் பெண்கள் ஒவ்வொருவராக அந்த வீட்டுக்கு வர ஆரம்பித்தார்கள். சூரியன் மறைந்து இருள் சூழ ஆரம்பித்தது. வெளிச்சத்திற்காக தீப்பந்தங்களை ஏற்றி மரங்களில் சொருகி வைத்தார்கள்.

நெல் குத்தி முடிந்ததும் அதில் பணியாரங்கள் செய்து ஆமணக்குப் பந்தலில் கட்டித் தொங்கவிட்டார்கள். பருவமடைந்த பெண்ணைப் பந்தலுக்குள் கிடந்தகல்லின்மீது உட்கார வைத்து வயதான பெண்கள் ஏழு குடம் தண்ணீர் எடுத்து வந்து ஊற்றினார்கள். அந்த நீர் பெண்ணின் மீது வழிந்தது. அப்போது சுற்றி நின்றவர்கள் குரவையிட்டனர். குளித்து முடித்ததும் தொங்கவிட்ட பணியாரங்களை எடுத்து, பந்தலையும் பிரித்தார்கள். அந்தப் பெண்ணுக்கு வெள்ளரிக்காயைச் சாப்பிடக் கொடுத்தனர். பெண்ணைக் காண வந்த மற்ற காணிகள் முட்டை, தேன், தினைமாவு கொண்டு வந்து கொடுத்தனர். அவளின் தாய்மாமன் அரிசி மாவு, கருப்பட்டி, நல்லெண்ணெய், முட்டை, தேனோடு ஒரு புது முண்டும் கொண்டு வந்து கொடுத்தார்.

அவளைத் தனி அறையில் அமர்த்தினார்கள். அந்த அறைக்குள் இனி ஏழு நாட்கள் ஆண்கள் செல்ல அனுமதி இல்லை. பிலாத்திக்காணி அந்த

அறையின் முன் வாசலில் நின்று மந்திரம் ஓதினார். அறையில் உரல், உலக்கை, விளக்குமாறு போட்டு வைத்திருந்தனர். அரிசி மாவு, தினை மாவு, தேன், கருப்பட்டி சேர்த்து உருண்டை பிடித்து எல்லோருக்கும் கொடுத்தனர். கோபாலுக்கும் கொடுத்தார்கள். அவன் அதைச் சாப்பிட்டுவிட்டு மூங்கில் தட்டியில் உட்கார்ந்தான்.

மூட்டுக்காணி அவர் வீட்டுத் திண்ணையில் உட்கார்ந்தார். கோபால் அவரையே பார்த்துக் கொண்டு இருந்தான்.

'எங்க அப்பாவப் பத்தி வேற ஏதாவது தெரியுமா?' என்று கேட்டான்.

'மிந்தியெல்லாம் நாங்க சின்னச் சின்ன வேட்டக்கிப் போவோம். அப்ப காட்டுப்பன்னி, முள்ளம்பன்னி, மிளா, மானுன்னு கெடச்சியத வேட்டையாடுவோம். வில்லும் அம்பும் வச்சிதான் வேட்டையாடுவோம். அதில கெடச்சியத ஆத்தியம் வன தெய்வத்துக்குப் படைச்சிண்டு அதுக்கப்புறம் உப்பு மிளவு தடவி கல்லு காய்ச்சல் பக்குவம் செஞ்சு எல்லாரும் ஒண்ணாயிருந்து தின்னுவோம்.

புல்லுவெளி வட்ட மலையிலயும், வரையாட்டு பொத்தையிலயும் இருக்க வரையாடுகளப் பிடிச்சேதுக்கு, வேட்டைகாரனுவ வாழ எலையில எண்ணையோ நெய்யோ தடவி வரையாடு வர பாதையில வச்சிருவானுவ. அதில காலு வெச்சிய வரையாடு வழுக்கிக் கீழ உருண்டு செத்துப் போவும். அதெ மூச்சிக் காட்டாத தூக்கி பெர்மிசன் வாங்கி மரம் வெட்டிண்டு போற லாரியில போட்டுக் கொண்டு போயிடுவானுவ.

வரையாடுகளக் கணக்கெடுத்தப்பதான் நெறைய வரையாடு கொறைஞ்சிச்சினு கண்டுபிடிச்சினும். நாங்கதான் வரையாட்டக் கொன்னு திங்கோம்னு பிரச்னை வந்திச்சு. கொஞ்ச நாளுல ராஜசேகர சாரு வரையாடு கொறஞ்ச காரணத்தக் கண்டுபிடிச்சி சொன்ன பொறவுதான் எங்க மேல உள்ள கெடுபிடி கொறைஞ்சிது. மேலவுள்ளவிய கிட்ட சொன்ன பெறவும் வரையாட்டப் புடிச்சவனுவ மேல நடவடிக்கை எடுத்துனும்மில்ல.

திருவிதாங்கூர் மகாராசா எங்களுக்குக் காட்டு மிருகங்கள்ட்டருந்து தப்பிச்சதுக்கும், மிருகங்கள வேட்டையாடதுக்கும் தோக்கு வச்சிருக்க அனுமதி தந்தாரு. வன மிருகங்கள வேட்டையாடக் கூடாதுன்னு சர்க்காரு சட்டம் போட்ட பொறவு தோக்கு எல்லாமும் காடமாரு பறிச்சிட்டுப் போய்ட்டானுவ.

நாங்க காட்டுக்க உள்ளேண்டு வெளியே வராதத்தான் ஜீவிச்சிண்டு இருந்தோம். பிந்தி காட்டுலண்டு வெளில எறங்க வேண்டியதாச்சி. வெளிய எறங்குன பொறவுதான் ருவான்னு ஒண்ணு இருக்கதே தெரிஞ்சுச்சி. எங்ககிட்ட ருவா கெடையாது. நாங்க ஏதெங்கிலும் சாமானம் அங்காடில போய்க் கேட்டெங்கி, ருவா இல்லன்னு அடிச்சி விரட்டிருவானுவ. அதுக்கப்பொறவு நாங்க பரம்பு, லவங்கப்பட்ட, வயணப்பட்ட, ரவுங்கப்பட்ட, ஈத்தல், கடுக்காய், குந்திரிகம், காட்டு மிளவு, பிசின், நெல்லின்னு ஒண்ணோண்ணா அங்காடில குடுத்து சாமானை வேண்டத் தொடங்குனோம். மலைலண்டு செமந்து வந்துதான் கொண்டு குடுப்பம். ஆனா கடக்காரமாறுவ எங்கள ஏமாத்துவுனும் வாழக்குல, காந்தாரி மிளவ குடுத்து அஞ்சறைச் சாமானம் வாங்குவம். மரிச்சீனியக் குடுத்து கருவாடு வாங்குவம். எல்லாத்துலயும் எங்கள ஏமாத்துவனும். ராஜசேகர சாருதான் ஒவ்வொரு காணிக்குடி மூட்டுக்காணிட்ட சொல்லி வாரத்துல ரெண்டு தடவக் கூடிய கடம்பமூடு, பனச்சமூடு, காட்டாக்கட சந்தையிலக் கொண்டுபோய் விக்கியதுக்கு ஒதவுனாரு. அதுக்கப் பொறவு நாங்களே விக்கத் தொடங்குனோம். அதுக்கப் பின்ன குழப்பமில்ல.

இப்படி போய்ண்டே இருக்கம்பதான், பேச்சிப்பாறையில இருக்க சொசைட்டி மூலமா காட்டுல உள்ள வெள சாமானம்லாம் கொண்டு போய்க் கொடுப்போம். அதனால எங்களுக்குக் கடமும் ருவாயும் கெடச்சுது. 64 வகயான வன சாதனத்தக் கொண்டு கொடுத்தோம். வனப் பொருள சேகரிக்கதுக்கு வனத்துறை குடுத்த குத்தகைய எடுத்தது கொண்டு சொசைட்டில அந்த எடவாடும் இல்லாமப் போச்சி.

இஞ்ச ருவாதான் எல்லாத்தயும் தீர்மானிச்சதுனால ருவாய்க்க அத்தியாவசியம் வரத் தொடங்கிச்சி. அப்பதான் சர்க்காரு ரப்பர்

தோட்டத்துல பாலு வெட்ட காணியளை ராஜசேகர சார் வேலைக்கிச் சேத்து விட்டுனும்.

ராஜசேகர சாருகிட்ட ஒரு சுவாவம் உண்டு. அவரு சர்க்கார் தண்டிக்கட்டும், நியமங்கள்படி நடக்கட்டும், மேலதிகாரி உத்தரவு கொடுக்கட்டும்ன்னு பாத்துண்டுல்லாம் இருக்க மாட்டாரு. அவரே தண்டிச்சி விடுவனும். அதுனால அவருண்ட பெரிய அதிகாரிமாருவளே கோபத்திலதான் இருப்புனும்.

அவர் ஒருக்கா எங்கிட்ட 'ஏயாம் உயிர் போச்சிங்கி இந்த வனத்திலதான் போவணும். கடைசிவர இந்த வனக் காத்ததான் சுவாசிக்கணும். என்னைய மிருகங்க கொன்னாகூட அதையும் நா சந்தோசமா சாவேன். நா பென்சன் வாங்குறதுக்குள்ள இந்த வனத்துலதான் செத்துப் போவனும்'ன்னு சொன்னாரு.

கடைசியா, ராஜசேகர சாரு புயல் மழ அடிச்சப்ப பெரிய பெரிய டார்ப்பாயெல்லாம் வேண்டிண்டு வந்து எங்க கூரைகளச் சுத்தி கட்டச் சொல்லித் தந்துட்டுப் போனாரு. அப்பவும் அவரு சொல்லிண்டு போனது ஒரே விசயம்தான். அது காலங்காலமா எங்க காணிகிட்ட இருக்கக்கூடிய பழக்கம்தான். அதையும் ரொம்ப இறுக்கி சொல்லிட்டுப் போனாரு. எப்பளும் உங்ககிட்ட வெளஞ்சத மட்டும் வெளியே கொண்டு கொடுங்க. வித்த எப்போளும் குடுத்துராதீங்கன்னு சொன்னாரு. அதுதான் அவரக் கடைசியாகப் பார்த்தது' என்று மூட்டுக்காணி தலையைக் குனிந்தபடியே சொன்னார்.

நன்றாக இருட்டியிருந்தது. பூச்சிகள், தவளை, கூகைகளின் சத்தம் காற்றில் நிறைந்திருந்தது. கோபால் அமைதியாக இருந்தான். அப்போது திடீரென ஒரு பெண்ணின் அலறல் சத்தம் மூட்டுக்காணியின் வீட்டின் பின் வீட்டிலிருந்து கேட்டது. மூட்டுக்காணியின் மனைவி வெளியே வந்து 'தேவிக்கு வயிறு நொந்துட்டு' என்று சொல்லியபடி பின்பக்கமாக ஓடினாள். காணிக்குடி மருத்தோரம்மையும் வேகமாக தேவி வீட்டுக்கு ஓடினாள். பிரசவவலி வந்த பெண்ணை வீட்டின் கன்னி மூலையில் பாயில் படுக்க வைத்தனர்.

அந்த வீட்டில் வயதான பெண்கள் கூட்டம் நிறைந்தது. பிரசவ வலி வந்த பெண் தளர்ந்திருந்தாள். மருத்தோரம்மை மேந்தோனிக் கிழங்கை அவளின் நெஞ்சில் வைத்து கீழ்நோக்கித் தடவினாள். வலியில்லாமல் இருக்க தாய் வேரும், பக்கத்து வேரும் அறுந்துவிடாத புறவனச் செடியின் சாறை மூட்டுக்காணியின் மனைவி தேவிக்குக் கொடுத்தாள். தேங்காய் எண்ணையை அவளின் தலையிலும் உடல் முழுவதும் தேய்த்தார்கள். கொஞ்ச நேரத்தில் குழந்தை அழும் சத்தமும், பெண்கள் குரவையிடுகிற சத்தமும் கேட்டது.

மூட்டுக்காணி 'ஆம்பள பைய பெறந்துருக்கான்' என்று சொன்னார்.

நூல், வேம்புளி வைத்து மருத்தோரம்மை கொடியை அறுத்தாள். தொப்புள் கொடியை அறுக்கும்போது வழிந்த ரத்தத்தில் ஒரு துளியை குழந்தையின் வாயில் தடவினாள். நச்சுக் கொடியை விலங்குகள் தின்றால் தாய்ப்பால் குறைந்துவிடும் என்று குழந்தையின் தாய் குளிக்கும் இடத்தில் ஒரு குழி தோண்டி புதைத்து அதன்மேல் ஒரு கல்லை வைத்தனர்.

அங்கிருந்த பெண்கள் தேனைத் தண்ணீரில் கரைத்து, பிறந்த குழந்தையின் நாக்கில் வைத்தனர். மூட்டுக்காணியின் மனைவி குழந்தைக்குத் திக்குவாய் வராமல் இருக்க பஞ்சுப்பாலை குழந்தையின் வாயில் ஊட்டினாள். சிறிது நேரத்தில் குழந்தை பெற்ற பெண்ணுக்குக் காய்கறியுடன் சோறு பொங்கி ஒரு பிடியை எடுத்து, மலைத் தெய்வமான மூத்த முத்திக்கு படைத்துவிட்டுக் கொடுத்தனர். வயிறு சுருங்குவதற்கு வயிற்றில் துணியைச் சுற்றிக் கட்டிவிட்டனர்.

'இலுவ மரத்திலேண்டு ஒரு கொப்ப முறிச்சித் தொட்டில் கெட்டுங்க' என்று மூட்டுக்காணி சொன்னார்.

'ஏன் இலுவ மரக் கொப்புல கட்டுறீங்க?' என்று கோபால் கேட்டான்.

'பிள்ளக்க தள்ளக்கி பால் வத்தாத இருக்க, பால் ஊறக் கூடிய மரத்திலேண்டுதான் கம்பு வெட்டித் தொட்டில் கட்டணும்' என்று மூட்டுக்காணி சொன்னார்.

கோபால் லேசாக இருமிக் கொண்டிருந்தான். அதைப் பார்த்துக் கொண்டிருந்த மூட்டுக்காணி, மனைவியை அழைத்து, 'கோபாலுக்குக் கொஞ்சம் செமைக்குள்ள கசாயம் காச்சிக்குடு' என்று சொன்னார்.

உம்மினியும் காணிக்குடியின் வெளியே போய் மாவிலை போல நீண்ட இலைகளுடன் இருந்த ஆடாதோடை இலைகளைப் பறித்து வந்து இலைகளின் நடுநரம்பு நீக்கி சிறிது சிறிதாகத் தண்ணீரில் கிள்ளிப் போட்டு காய்ச்சி கசாயமாக்கி, அதனுடன் சிறிது தேன் கலந்து கோபாலிடம் குடிக்கக் கொடுத்தாள்.

அதை வாங்கி ஒரு மடக்கு வாயில் விழுங்கியதும் கோபால் முகத்தைச் சுளித்தான்.

உடனே மூட்டுக்காணி 'இந்த கசாயம் சளி, செம, வாதம், சுரம், சர்த்திப்புக்கு அடிபொளி மருந்து. கொஞ்சம் கயப்பாதான் இருக்கும். கண்ண மூடிண்டு குடிச்சிரு. பெறவு கொஞ்ச நாளத்தைக்கி இந்த சோக்கேடு எட்டியே பாக்காது' என்று சொன்னார்.

கொஞ்சநேரத்தில் உம்மினி 'சோறு இடட்டா?' என்று கேட்டாள்.

'ரெண்டு பேருக்கும் எடுத்துண்டு வா' என்றார். அப்போது கொஞ்சம் முன்பு மீன்பிடித்து விட்டு வந்தவர்கள் ஒரு மண் சட்டியில் மீன் குழம்பு கொண்டு கொடுத்துவிட்டுப் போனார்கள். மூட்டுக்காணி இடுப்பில் இருந்த சிறிய கத்தியை எடுத்து வீட்டு முன் நின்ற வாழை மரத்திலிருந்து ஒரு இலையை இரண்டாக வெட்டிக் கொண்டு வந்து திண்ணையில் விரித்து கோபாலை உட்காரச் சொல்லிவிட்டு அவரும் ஒரு இலையின் முன் உட்கார்ந்தார்.

சிறு மண் குடுவையில் வைத்திருந்த நீரை எடுத்து இலையைக் கழுவிய மூட்டுக்காணி, கோபாலுக்கும் நீரை ஊற்றிக் கழுவ வைத்தார். வீட்டுக்குள்ளிருந்து சோற்றுப் பானையை எடுத்து வந்த உம்மினி, சிரட்டை அகப்பையால், சோற்றையும் கிழங்குக்கூட்டையும் இலையில் வைத்தாள். அவர் மீன் குழம்பை கோபாலின் சோற்றில் ஊற்றிவிட்டு மூன்று மீன்

துண்டுகளை அவனுக்கு எடுத்து வைத்தார். பிறகு மீன் குழம்புடன் ஒரு மீன் துண்டு இருந்ததைத் தனக்குச் சோற்றில் ஊற்றிக் கொண்டார். இரண்டு பேரும் சாப்பிட்டு விட்டுக் கை கழுவினார்கள்.

குளிர்ந்த காற்று வீசியதால் நன்றாகக் குளிரத் தொடங்கியது.

'மஞ்னு எறங்குது' என்று மூட்டுக்காணி சொன்னார்.

கொஞ்சம் விறகுக் கட்டைகளை எடுத்து வீட்டு முற்றத்தின் நடுவில் அடுக்கி நெருப்பு பற்ற வைத்தார். பிலாத்திக்காணியும் இன்னும் இரண்டு பேரும் கோபாலும் மூட்டுக்காணியும் அதைச் சுற்றி அமர்ந்தார்கள். நெருப்பின் கதகதப்பில் அவர்கள் பேசிக் கொண்டிருந்தார்கள்.

'வெளுப்புல கோபாலக் கூட்டிண்டு நீயும் நானும் நந்தி மூலத்துக்குப் போணும்' என்று மூட்டுக்காணி பிலாத்தியிடம் சொன்னார்.

அவரும் 'ஓ... போலாம்' என்று தலையசைத்தார்.

கோபாலிடம் மூட்டுக்காணி, 'நீ தெற்றா நெனச்சாத. எங்க காணில ஒரு பழக்கம் உண்டு. வெளியாள ராத்திரி வீட்டுக்குள்ள படுக்க வச்ச மாட்டோம். பாட்டப்புரையிலதான் படுக்க வைப்போம். இல்லெங்கி இப்புடி தீயை இட்டுண்டு அதைச் சுத்தி கெடக்க வைப்போம். நாங்களும் கூடக் கெடப்போம். நீ பாட்டப்புரையில கெடக்கியா? இங்க கெடக்கியா? என்று கேட்டார்.

கோபால் 'நா இங்கேயே படுக்கேன்' என்று சொன்னான்.

மூட்டுக்காணி வீட்டிற்குள் போய் இரண்டு மூங்கில் தட்டிகளையும், இரண்டு கட்டைகளையும் எடுத்து வந்து ஒன்றைத் தரையில் விரித்துவிட்டு 'இதுல கெட. இதுல தலய வை' என்று சொன்னார். இன்னொன்றைத் தனக்கு விரித்து, தனக்கும் தலைக்கு ஒரு கட்டையை வைத்துக் கொண்டு படுத்தார். பிலாத்தியும் மற்றவர்களும் வீட்டில் இருந்து பாய் எடுத்து வந்து விரித்துப் படுத்தபடியே பேசிக் கொண்டிருந்தார்கள். சிறிது நேரத்தில் பேச்சு நின்று எல்லோரும் நன்கு உறங்கி விட்டனர். கோபால் படுத்தபடியே வானத்தைப் பார்த்தான்.

மேகக் கூட்டங்கள் நிலவை மறைத்து கண்ணாமூச்சி விளையாடிக் கொண்டிருந்தன. நெருப்பில் இருந்து கிளம்பிய துகள்கள் தங்கத் துகள்களாக பறந்து இருளில் மறைந்தது. மின்னியபடி பறக்கும் மின்மினிப்பூச்சிகள் கூட்டமும் தெரிந்தது.

தூரத்தில் நரி ஊளையிடும் சத்தம் கேட்டதும் காணிக் குடியிருப்பில் இருந்த நாய்கள் குரைக்கத் தொடங்கின. கூகைகளின் அலறலும், வவ்வால்களின் சிறகடிக்கும் சத்தமும் கேட்டது. மரங்களில் இருந்து விழும் இலைகளின் சத்தமும் அவ்வப்போது கேட்டுக் கொண்டிருந்தது. சில இலைகள் கோபாலுக்கு அருகிலும் நெருப்பிலும் விழுந்தது. அப்படியே சிறிது நேரத்தில் அவன் உறங்கி விட்டான்.

அதிகாலை புலரிக்கு முன்பே ஆட்கள் நடக்கும் சத்தம் கேட்டது. பனி நன்றாக இறங்கியிருந்தது. நெருப்பு மூட்டி இருந்த இடத்தில் விறகுகள் எரிந்து முடிந்து சாம்பல் பூத்துக் கிடந்தன. சுற்றிப் படுத்திருந்தவர்கள் படுத்திருந்த இடம் தவிர மற்ற இடங்கள் ஈரமாக இருந்தது. மூட்டுக்காணி திண்ணையில் அமர்ந்திருந்தார். ஆண்களும் பெண்களுமாகத் தோட்ட வேலைக்குச் செல்பவர்கள் அவரிடம் சொல்லியபடி போய்க் கொண்டிருந்தனர்.

கோபால் மூங்கில் தட்டியை எடுத்துத் திண்ணையில் வைத்துவிட்டு அதனருகே உட்கார்ந்தான். அவனுக்கு குளிர் இன்னும் விடவில்லை. அங்கு எல்லோரும் குளிரே இல்லாதது போல நடமாடிக் கொண்டிருந்தார்கள்.

மூட்டுக்காணி, கோபாலிடம் 'நல்லா ஒறங்குனியா?' என்று கேட்டார்.

'ஆமா வாழ்க்கையில முதல் தடவை இப்பத்தான் இப்புடித் தூங்கிருக்கேன்' என்று சொன்னான்.

'ராஜசேகர சாருக்கு இதெல்லாம் ரொம்ப பழவுனது' என்று சொல்லிவிட்டு மூட்டுக்காணி பாட்டப்புரைக்குள் போனார். கோபால் வெளியே பார்த்துக் கொண்டிருக்கும்போது பனி மெதுவாக விலக ஆரம்பித்தது. அதிகாலைப் பறவைகள் சத்தம் கேட்கத் தொடங்கியது.

மூட்டுக்காணி பாட்டப்புரையில் இருந்து வெளியே வரும்போது அவர் கையில் ஒரு அடி நீளமும் ஒரு விரல் விட்டமும் உள்ள மூங்கில் குழல் ஒன்று இருந்தது. அதை கோபாலிடம் கொடுத்தார். அவன் அதை வாங்கிப் பார்த்தான். இருபுறமும் அடைப்பு இல்லாத சூழல் அது. ஒரு பக்கத்திலிருந்து பார்த்தால் மறுபக்கம் தெரிந்தது.

'இது ராஜசேகர சார் வனத்தில போறப்ப பாறெ இடுக்குல, குண்டுல தண்ணி குடிச்சதுக்கு வெச்சிருந்த குழல். காட்டுக்குள்ள போறப்ப எப்பளும் குறுக்குல செருகி வச்சிருப்பாரு' என்று மூட்டுக்காணி சொன்னார்.

கோபால் அதை மெதுவாகத் தடவிப் பார்த்தான்.

'நேத்தைக்கு போன என் கூட்டுகாரனுவ எப்படியும் பேச்சிப்பாறை பாரஸ்ட் செக் போஸ்ட்ல சொல்லி இருப்பாங்கன்னு நினைக்கேன். அப்படின்னா பாரஸ்ட்காரங்க என்னத் தேடி வருவாங்களா?' என்று கேட்டான்.

'பாரஸ்ட் செக்போஸ்டில தகவல் சொன்னா கட்டாயம் வருவுனும். அதுக்கு மிந்தி நம்மபோயி நந்தியாத்து மூலத்தைப் பாத்துருவோம்' என்று மூட்டுக்காணி சொன்னார்.

உம்மினி வீட்டுக்குள் இருந்து இரண்டு சிறிய மூங்கில் குற்றியில் தேயிலை நீரைக் கொண்டு கொடுத்தாள். அதைக் குடித்துக் கொண்டிருக்கும் போது இரண்டு சிறிய கரித்துண்டுகளைத் திண்ணையில் வைத்தாள். மூட்டுக்காணி அதில் ஒன்றை வாயில் போட்டு மெல்ல ஆரம்பித்துவிட்டு விரலால் தேய்க்கத் தொடங்கினார். கோபாலிடம் 'வாயிலப் போட்டுத் தேய்' என்று சொன்னார்.

கோபால் தேய்க்க ஆரம்பித்தான். அந்தக் கரி புகை மணமும் லேசான புளிப்பும் கலந்து இருந்தது. மூட்டுக்காணி அவனையும் அழைத்துக்கொண்டு கழிவறை அருகிலுள்ள தொட்டியைக் காட்டி வாயையும் முகத்தையும் கழுவச் சொல்லிவிட்டு அவரும் கழுவ ஆரம்பித்தார். தண்ணீரைத் தொட்டதுமே ஐஸ் கட்டி போன்று ஜில்லென்று

இருந்தது. வாயைக் கொப்பளித்து முகம் கழுவிவிட்டு இருவரும் பிலாத்திக்காணியின் வீட்டுக்குமுன் வந்தார்கள்.

'பிலாத்தி' என்று மூட்டுக்காணி கூப்பிட்டார். அவர் வெளியே வந்ததும் 'நந்தியாத்து மூலம் வரைக்கும் போயிண்டு வருவோம் வா' என்று கூப்பிட்டார்.

கோபால் மூட்டுக்காணியின் வீட்டுத்திண்ணையில் வைத்திருந்த அப்பாவின் மூங்கில் குழலை எடுத்துக் கொண்டான். மூன்றுபேரும் காணிக்குடியைத் தாண்டி வெளியே நடக்கத் தொடங்கினார்கள். மூட்டுக்காணி முன்னாலும், கோபால் நடுவிலும் அதை அடுத்து பிலாத்தியும் நடந்தார்கள். பலவிதமான பறவைகளின் சத்தம் இசைக் கச்சேரி போலக் கேட்டுக் கொண்டிருந்தது. நடக்கும்போது தரையில் இருந்த செடிகளின் மீதும் புற்களின் மீதும் பனியின் ஈரம் இருந்தது. சூரிய வெளிச்சத்தில் புற்களின் நுனியில் திரண்டிருந்த நீர்த்துளிகள் பளபளவென மின்னிக் கொண்டிருந்தது. மலை அடிவாரத்திலேயே நடந்து போய்க் கொண்டிருந்தார்கள்.

கோபால் நடந்து போகும்போது பக்கத்தில் இருந்த புதருக்கு அருகில் இருந்து குருவிக் குஞ்சுகளின் சத்தம் கேட்டது. ஆர்வமுடன் மெதுவாக எட்டிப் பார்த்தான். அங்கு ஒரு சிறிய மரத்தின் கிளையில் சிறிய கோப்பை வடிவில் நீல சிட்டுக்குருவியின் கூடு தெரிந்தது. அதில் மூன்று குஞ்சுகள் இருந்தன. அங்கு பறந்து வந்த தாய் சிட்டு தன் வாயிலிருந்த பூச்சியைக் குஞ்சுகளுக்கு உணவாக ஊட்டிவிட்டது.

தூரத்தில் ஏதோ ஒன்று கருப்பாக நடந்து வருவது தெரிந்தது. 'கரடி வருது' என்று கோபால் சொன்னான்.

மூட்டுக்காணி கூர்ந்து பார்த்துவிட்டு, 'அது கரடி இல்ல. பன்னி' என்றார்.

காட்டுப்பன்றி பெரிய உருவமாக இருந்தது. அதன் தாடையில் இரண்டு பக்கமும் நீண்டு வெளியே வந்திருந்த தந்தங்கள் கத்திபோலக் கூராக

இருந்தன. மூட்டுக்காணி 'பிலாத்தி' என்று கூப்பிட்டார். பிலாத்தியும் வாயில் மெதுவாக முணுமுணுப்பாக ஏதோ மந்திரத்தைச் சொன்னார். தூரத்தில் வந்து கொண்டிருந்தகாட்டுப்பன்றி அதன் இடதுபுறமாக விலகிப் போனது. நடந்து செல்லும்போது புற்களில் இருந்த ஈரம் மேலே தெறித்தபடி இருந்தது.

மலையடிவாரத்தைக் கடந்து அடுத்த மலையின் பள்ளத்தாக்குப் பகுதியை நெருங்கும்போது, பெரிய இரை எதையோ தின்றுவிட்டு நகர முடியாமல் பெரிய மலைப்பாம்பு ஒன்று கிடப்பது தெரிந்தது. கோபால் பயத்தில் மூட்டுக்காணியின் கையைப் பிடித்துக் கொண்டான்.

'அது நல்ல எற தின்னுண்டு அனங்க ஒக்காத கெடக்கு. ஒண்ணும் செய்யாது. அது போவதுக்கு ரெண்டு நாளெங்கிலும் ஆவும்' என்றார் பிலாத்தி.

மலைப்பாம்பு கிடந்த இடத்தில் இருந்து விலகி நேராக நடந்து கொண்டிருந்தார்கள். அப்போது நந்தியாற்றுப் படுகை தெரிந்தது. தூரத்தில் புள்ளிமான் கூட்டம் புல் மேய்ந்து கொண்டிருந்தது. ஏழு மான்கள் இருக்கும். அதில் இரண்டு ஆண் மான்கள் கொம்புகளால் ஒன்றை ஒன்று முட்டிக் கொண்டிருந்தன. ஒரு மான் வயிறு பெரிதாக இருந்தது. அது கர்ப்பமாக இருக்கலாம். மூவரின் காலடிச் சத்தம் கேட்டதும் மான்கள் புதர்களுக்குள் ஓடி மறைந்தன.

நந்தியாற்றுப் படுகையில் நடக்கத் தொடங்கினார்கள். உருண்டையான பல அளவிலான பாறைகள் ஆற்றுப்படுகையில் தெரிந்தன. கொஞ்சதூரம் நடந்ததும் 'இஞ்சருக்க வன சர்ப்ப தெய்வத்தை வணங்கிண்டுதான் போவணும்' என்று பிலாத்தி சொன்னார்.

ஆற்றுப்படுகையில் சற்று தூரத்திலிருந்த இலுப்பை மரத்தின் மூட்டிலிருந்த கல்லின் முன்னால் விழுந்து கும்பிட்டார்கள். அந்தக் கல்தான் அவர்களின் சர்ப்ப தெய்வம். இந்தப் பகுதி முழுக்க பாம்புதான் காவல் காப்பதாக அவர்களுக்கு நம்பிக்கை. இதைத் தாண்டி யாரும் நந்தியாற்று மூலத்துக்குப் போகமாட்டார்கள். பிலாத்திக்காணி

கோபாலிடம் 'ரண்டு கையால ஏழு தடவ தண்ணியக் கோரி தெய்வத்துக்க மேல ஊத்திண்டுதான் போக ஒக்கும்' என்று சொன்னார். மூவரும் ஆற்றில் இருந்து இரு கைகளாலும் தண்ணீரைக் கோரி வந்து சர்ப்ப தெய்வத்தின்மீது ஊற்றிவிட்டு மறுபடியும் விழுந்து வணங்கிவிட்டு ஆற்றுப்படுகையில் தொடர்ந்து நடக்க ஆரம்பித்தார்கள்.

'இங்க எல்லா எடத்திலயும் வன தெய்வம் இருக்குமா?' என்று மூட்டுக்காணியிடம் கோபால் கேட்டான்.

'இஞ்ச நெறைய வன தெய்வமுண்டு. அதுவெல்லாம் ஒவ்வொரு எடத்திலேயுமா இருந்து நம்மளக் காப்பாத்தும். நாங்க அங்கங்க போவும்ப அது அதை வணங்கிண்டுப் போவோம். அதுதான் எங்கள வழிநடத்துது. ராஜசேகர சாருக்கு வன தெய்வம் எங்கெங்க உண்டுன்னு நல்லா அறியும். அவரு வனத்துக்குள்ள ஏறும்போளே வணங்கிண்டுதான் வருவாரு' என்று மூட்டுக்காணி சொன்னார்?

சூரியன் மேலேறி வந்திருந்தாலும் அந்த அடர்ந்த காட்டுக்குள் சூரிய வெளிச்சம் குறைவாகவே விழுந்து கொண்டிருந்தது. ஆற்றுப்படுகையில் நடந்து கொண்டிருந்தவர்கள் இப்போது சிறிய சிறிய பாறைகள்மீது ஏறி நடக்க ஆரம்பித்தார்கள். மறுபடியும் அடுத்த மலையின் அடிவாரத்தில் நடந்துகொண்டிருக்கும்போது முகளியடி மலை உச்சி தெரிந்தது.

இன்னும் வேகமாக ஆற்றுப்படுகை வழியாக நடக்க ஆரம்பித்தார்கள். வழியில் மாமரத்தில் கிடந்த பழங்களைப் பறித்து மூட்டுக்காணியும் பிலாத்தியும் கழுத்தில் கிடந்த துண்டில் துடைத்துவிட்டு சாப்பிடத் தொடங்கினார்கள். கோபால் ஆற்றுத் தண்ணீரில் கழுவிவிட்டுச் சாப்பிட்டான். வயிறு நிறைந்தது போல இருந்தது. ஆற்றுத் தண்ணீரில் கைகளைக் கழுவிவிட்டு மறுபடி நடக்க ஆரம்பித்தார்கள்.

'இன்னும் ரொம்ப தூரம் போவணுமோ?' என்று கோபால் கேட்டான்.

'இன்னும் கொஞ்சந்தான்'.

ராம் தங்கம்

அவர்கள் நடந்து கொண்டிருக்கும்போது பெரிய பெரிய பாறைகள் நிறைந்த பகுதி தெரிந்தது. வெளியிலிருந்து பார்க்க ஒரு பெரிய பள்ளத்தாக்கு போலத் தெரிந்தது. அதிலிருந்து கொஞ்சம் கொஞ்சமாக நீர் வடிந்து கொண்டிருந்தது. அதன் கரையிலேயே நடந்து போய்க் கொண்டிருந்தார்கள். உயரமான மரங்களில் சோலை மந்திகள் அமர்ந்திருந்தன. பறவைகளின் சத்தமும் கேட்டது. கொஞ்சம் கொஞ்சமாக பசுமையான புல்வெளி மலை ஒன்று தெரிய ஆரம்பித்தது. அது உயரமான மலை இல்லை. அதைப் பார்த்ததும் பிலாத்தி 'வரையாட்டுப் பொத்த தெரியுது' என்று சொன்னார்.

உற்சாகமான கோபால் வேகமாக நடக்க ஆரம்பித்தான். வரையாட்டுப் பொத்தையில் வரையாடுகள் மேய்ந்து கொண்டிருப்பது தெரிந்தது. பொத்தையை நெருங்க நெருங்க வெளிச்சம் குறைவாக இருந்தது. வரையாட்டுப் பொத்தையிலிருந்து நீர் வழிந்து சிறுஓடை போல நந்தி ஆற்றில் சேர்ந்தது. வரையாட்டுப் பொத்தையை நெருங்கியதும் அதன் வலதுபுறமாகத் திரும்பி நடந்தார்கள். ஒரு குகை போலச் சற்றுத் தொலைவில் தெரிந்தது. அதன் அருகே நெருங்கும்போது மூட்டுக்காணி 'பக்கத்துல வந்துட்டோம்' என்றார்.

முகளியடி மலையுச்சி தெரிந்தது. மேலிருந்து கீழே பார்த்துக் கொண்டே வரும்போது வலதுபுறம் குடை போன்ற அமைப்பில் ஒரு குகை போலத் தெரிந்தது. அதைத் தாண்டிப்போகப் பாதை இல்லை. குடை போன்ற அந்தப் பாறையினுள் சுனையிலிருந்து நீர் கசிந்து கொண்டிருந்தது.

'இதான் ஊத்துப்பாறை. காலுல கெடக்கத கழத்திப் போட்டுண்டு பாத்துவா. பாயல் வழுக்கும்'.

மூவரும் மெதுவாக சுனைப் பாறையை நோக்கி நகர்ந்தார்கள். அங்கு இருட்டாக இருந்தது. குகை மேல் பகுதியிலிருந்து நீர் ஒவ்வொரு சொட்டாக விழும் சத்தம் கேட்டது. 'இதுயான் நந்தியாத்து மூலம். இந்தச் சுனைக் குகைலேண்டு தான் நந்தியாறு பெறக்குது. உள்ள யாரும் போவ மாட்டோம். இதுவும் எங்களுக்குச் சாமி' என்று சொன்னபடி

கும்பிட்டுவிட்டு கைகளால் தண்ணீரை எடுத்துக் குடித்துவிட்டு தலையிலும் தெளித்துக் கொண்டார் மூட்டுக்காணி.

பிலாத்தியும் கோபாலும் அதுபோலவே செய்தனர். அந்த இடத்தில் பாசி பிடித்து இருந்தது. குளிர்ச்சியாகவும் இருந்தது. குகைக்கு வெளியே அதன் விளிம்பை ஒட்டிப் பெரிய பெரிய தேன்கூடுகள் இருந்தன. தேனீக்கள் சுறுசுறுப்பாக இங்குமங்கும் கூட்டைச் சுற்றிப் பறந்து கொண்டிருந்தது. சற்றுத் தொலைவில் குகையின் வலதுபுறம், சரிந்த ஒரு பரண்குடில் கிடந்தது. கோபால் அதைப் பார்த்துக் கொண்டிருந்தபோது ஒரு புலி வெளியே வந்தது. அதன் பின்னால் மூன்று குட்டிகளும் வந்தன. கோபால் மூட்டுக்காணியின் கையைப் பிடித்து 'இந்தப் புலிய நா ஏற்கனவே பாத்து இருக்கேன்' என்று சொன்னான்.

மூட்டுக்காணி 'பேடிக்காத' என்று சொன்னார்.

புலியும் குட்டிகளும் மறுகரையில் இவர்களை நோக்கி வந்து கொண்டிருந்தன. ஆற்றுப்படுகையில் ஓடிக் கொண்டிருந்த தண்ணீரைக் குடித்தன.

மூட்டுக்காணி புலியின் அடிவயிற்றில் இருக்கும் தழும்பைக் காட்டி இந்தப் புலி ஒருக்கி காட்டுப்பன்னிய வேட்டையாடும்போ, அதுக்க கொம்பு கிழிச்சி சாவக் கெடந்திச்சி. அப்ப ராஜசேகர சாரும் மற்ற காடமாரும் மருத்தோரக் கொண்டாந்து மயக்க மருந்து குடுத்து வயித்தத் தச்சி மருந்து வச்சி கட்டி பிழைக்க வச்சினும். இப்ப மூணு குட்டியும் போட்டுருக்கு' என்று சொன்னார்.

புலியும் குட்டிகளும் தண்ணீரைக் குடித்ததும் திரும்பிப் போய்க் கொண்டிருந்தன.

'செரி இனி போலாம்' என்று மூட்டுக்காணி நதிமூலத்தை மீண்டும் கும்பிட்டுவிட்டுக் கிளம்பினார். பிலாத்தியும் கோபாலும் கும்பிட்டார்கள். செருப்பைப் போட்டிருந்த இடத்திற்கு வந்து கோபால் செருப்பைக் காலில் மாட்டிக் கொண்டான். அதன் அருகில் பாறையில் தண்ணீர் சலசலவென மெல்லிய சத்தத்துடன் தெளிந்த கண்ணாடி போல ஓடியது. கோபால்

பாறையில் மண்டியிட்டு முதுகில் சொருகி இருந்த மூங்கில் குழலை எடுத்து தண்ணீரை உறிஞ்சிக் குடித்தான். மூட்டுக்காணியும் பிலாத்தியும், 'ராஜசேகர சார் குடிச்சேது போலியே இருக்கு' என்று சொல்லி சிரித்தபடி பார்த்துக் கொண்டிருந்தனர். தண்ணீர் குடித்து விட்டு கோபால் எழுந்தான். தூரத்தில் வனக்காவலர்கள் வருவது தெரிந்தது.